കൊല: അഞ്ച് ക്രൈം ത്രില്ലർ നോവലെറ്റുകൾ

AF554995

സജീവ് കോയിക്കൽ

അകാലത്തിൽ പൊലിഞ്ഞു പോയ പ്രിയപ്പെട്ട അനുജൻ
അജിക്ക് ഈ പുസ്തകം സമർപ്പിക്കുന്നു.

ഉള്ളടക്കം

ആമുഖം

സംവിധായകനും കവിയും തിരക്കഥാകൃത്തുമായ സജീവ് കോയിക്കലിന്റെ അഞ്ച് ക്രൈം ത്രില്ലർ കഥകളാണ് ഈ പുസ്തകത്തിൽ ഉള്ളത്. ഓരോ കൊലപാതകങ്ങൾക്ക് പിന്നിലും നീതീകരിക്കാനാകാത്ത എന്നാൽ ശക്തമായ ഒരു കാരണം ഉണ്ടാകും. അവിടെ ന്യായം ആരുടെ ഭാഗത്തു എന്നുള്ളതിനല്ല പ്രസക്തി. അവർ ചെയ്തത് നിയമവിരുദ്ധമാണ് എന്നുള്ളതിനാണ്. ഒരാൾ എത്ര സമർത്ഥമായി കുറ്റകൃത്യം ചെയ്താലും ഒരുനാൾ അയാൾ പിടിക്കപ്പെടുക തന്നെ ചെയ്യും. നിസ്സാരമായ കാര്യങ്ങൾക്ക് വേണ്ടി പലരും കൊന്നൊടുക്കുന്ന ജീവന് പിന്നിൽ ഒരുപാട് സ്വപ്നങ്ങളുടെയും പ്രതീക്ഷകളുടെയും ഒരു ജീവിതമമുണ്ടാകും. പൂർത്തിയാക്കാൻ കഴിയാതെ പോയ ആ ജീവിതമോർത്ത് പിന്നെയെന്നും വേദനിക്കുന്ന ചിലരെങ്കിലുമുണ്ടാകും. അറിഞ്ഞു കൊണ്ട് തെറ്റുകൾ ചെയ്ത് നമ്മൾ നമ്മുടെ ജീവിതവും മറ്റുള്ളവരുടെ ജീവിതവും നശിപ്പിക്കാൻ പാടില്ല. നല്ലത് മാത്രം ചിന്തിക്കാൻ ഈ കഥകൾ പ്രചോദനമാവട്ടെ എന്ന പ്രാർത്ഥനയോടെ ഈ കഥാസമാഹാരം സ്നേഹപൂർവ്വം നിങ്ങൾക്കായി സമർപ്പിക്കുന്നു. തുടർന്നും വായനക്കാരുടെ പിന്തുണ പ്രതീക്ഷിക്കുന്നു.

1

കോടമഞ്ഞുള്ള ഒരു രാത്രി കാറിൽ സഞ്ചരിക്കുകയാണ് പ്രസിദ്ധ തിരക്കഥാകൃത്തായ ആന്റോ ജോസഫ്. വേഗത്തിൽ പോകുന്ന കാറിന്റെ ഗ്ലാസ്സിലേയ്ക്ക് പെട്ടെന്ന് മഞ്ഞു മൂടി. നിയന്ത്രണം വിട്ട കാർ ഒരു സർവേ കല്ലിൽ ഇടിച്ചു മറിഞ്ഞു.

അപകട വാർത്തയറിഞ്ഞു ഹോസ്പിറ്റലിൽ എത്തിയ ആന്റോയുടെ ഭാര്യ സാന്ദ്ര, സീരിയസ് ആണ് ഒന്നും പറയാറായിട്ടില്ല എന്ന ഡോക്ടർ സാമുവലിന്റെ വാക്കുകൾ കേട്ട് ദേഹം തളർന്നു കുഴഞ്ഞു വീണു.

ആന്റോയും സാന്ദ്രയും പരസ്പരം പ്രണയിച്ച് ഒന്നിച്ച് ജീവിക്കാൻ തീരുമാനിച്ചവരാണ്. അവർ വിവാഹ ജീവിതത്തിൽ വിശ്വസിക്കാത്തതു കൊണ്ട് തന്നെ ലിവിങ് ടുഗെതർ ആണ് നയിക്കുന്നത്. ഇത് വരെയും അവർക്ക് കുട്ടികളായിട്ടില്ല. സിനിമയിൽ അത്യാവശ്യം നല്ല തിരക്കുള്ള ആളാണ് ആന്റോ. ക്രൈം ത്രില്ലർ കഥകളാണ് കൂടുതലും എഴുതാറുള്ളത്. എല്ലാം മികച്ച വിജയം കണ്ടവയുമാണ്. അത് കൊണ്ട് തന്നെ പ്രൊഡ്യൂസർമാക്ക് എല്ലാം ആന്റോയെ വിശ്വാസമാണ്. ആന്റോയെ വിശ്വസിച്ച് ക്യാഷ് മുടക്കാൻ തയ്യാറായി നിരവധി നിർമ്മാതാക്കൾ മുന്നോട്ട് വരുന്നുണ്ട്.

ബിജിപാൽ എന്ന നിർമ്മാതാവിന്റെ ഏറ്റവും പുതിയ ചിത്രത്തിന്റെ തിരക്കഥ എഴുതാനുള്ള തയ്യാറെടുപ്പിൽ ആയിരുന്നു ആന്റോ. ഒരു മാസം കൊണ്ട് സ്ക്രിപ്റ്റ്

കൊടുക്കാം എന്ന നിബന്ധനയിൽ മുഴുവൻ തുകയും അഡ്വാൻസ് ആയി വാങ്ങുകയും ചെയ്തു. അപ്പോഴാണ് ഇങ്ങനെയൊരു അപകടം സംഭവിക്കുന്നത്.

ഐസിയുവിൽ നിന്നും ആന്റോയെ വെന്റുലേറ്ററിലേയ്ക്ക് മാറ്റി. ശരീരത്തിന്റെ ചലനശേഷി പൂർണ്ണമായും നഷ്ടപ്പെട്ടിരിക്കുന്നു. എത്രനാൾ ഇങ്ങനെ ഇതേ കിടപ്പ് തുടരുമെന്ന് ഉറപ്പിച്ച് പറയാനാകാത്ത അവസ്ഥ. സാന്ദ്ര ആകെ തളർന്നു.

അവൾക്ക് ഇന്ന് ഈ ലോകത്ത് സ്വന്തമെന്നു പറയാൻ ആന്റോ മാത്രമേയുള്ളൂ.

ആന്റോയുടെ അവസ്ഥയറിഞ്ഞു സാന്ദ്രയെക്കാൾ ഏറെ തകർന്നത് നിർമ്മാതാവ് ബിജിപാലാണ്. ആന്റോയെ വിശ്വസിച്ചു സൂപ്പർസ്റ്റാറിന്റെ ഡേറ്റും വാങ്ങി അഡ്വാൻസും നൽകി ഷൂട്ടിങ്ങിന്റെ ഡേറ്റും കുറിച്ച് നിൽക്കുകയാണ് അദ്ദേഹം. പലരെയും വിശ്വസിച്ച് പണം മുടക്കി സാമ്പത്തിക നഷ്ട്ടം വന്ന് കടത്തിലായതിൽ പിന്നെ അതെല്ലാം തിരിച്ച് പിടിക്കാനുള്ള ഒരു തുറുപ്പു ചീട്ടാണ് ബിജിപാലിന് ഈ സിനിമ. ആന്റോ ഇനി പേനയെടുക്കില്ലെന്നറിഞ്ഞപ്പോൾ ബിജിപാലിന്റെ ഹൃദയം തകരുന്നത് പോലെ തോന്നി. സാന്ദ്രയെ കണ്ട് അദ്ദേഹം തന്റെ സങ്കടം പറഞ്ഞു.

ആന്റോ ആവശ്യപ്പെട്ട പ്രകാരം 6 ലക്ഷം രൂപ അഡ്വാൻസ് നൽകിയ വിവരം ബിജിപാൽ സാന്ദ്രയോട് പറഞ്ഞു. മൂന്നാറിൽ ഒരു വില്ല വാങ്ങാൻ വേണ്ടി കാശിന് ആവശ്യം വന്നത് കൊണ്ടാണ് പണം മുൻകൂട്ടി വാങ്ങിയത്. പണം ഏൽപ്പിച്ച് വില്ലയിൽ പോയിട്ട് വരുന്ന വഴിക്കാണ് അപകടം ഉണ്ടായത് എന്ന് സാന്ദ്ര അദ്ദേഹത്തോട് പറഞ്ഞു. പണം ഉടനേ അദ്ദേഹത്തിന് തിരിച്ച് നൽകാനാകില്ലെന്നും കുറച്ച് സാവകാശം വേണമെന്നും അവൾ അപേക്ഷിച്ചു.

"ക്യാഷ് അല്ല എനിക്കിപ്പോൾ സ്ക്രിപ്റ്റാണ് ആവശ്യം. ഈ സിനിമ നടന്നില്ലെങ്കിൽ ഞാൻ ആത്മഹത്യ ചെയ്യേണ്ടി വരും. ഒരു മാസം കൊണ്ട് മികച്ച ഒരു തിരക്കഥ തയ്യാറാക്കുന്ന മറ്റാരും ഇപ്പോൾ ഇൻഡസ്ട്രിയൽ ഇല്ല. എന്ത് ചെയ്യണമെന്ന് ഒരു എത്തുംപിടിയും കിട്ടുന്നില്ല."

ബിജിപാലിന്റെ സങ്കടം കണ്ടപ്പോൾ അദ്ദേഹത്തെ എങ്ങനെയും സഹായിക്കണമെന്ന് ആന്റോയുടെ അങ്കിൾ വർഗ്ഗീസ് തീരുമാനിച്ചു. സാന്ദ്രയോട് വർഗ്ഗീസ് കാര്യങ്ങൾ സംസാരിച്ചു. വർഷങ്ങളായിട്ട് ആന്റോയോടൊപ്പം ഇരുന്നു അവന്റെ തിരക്കഥകൾ വായിച്ചും പരസ്പരം ചർച്ചകൾ ചെയ്തും ആന്റോയുടെ എഴുത്തിന്റെ ശൈലി ഏറെക്കുറെ മനസ്സിലാക്കാൻ സാന്ദ്രക്ക് കഴിഞ്ഞിട്ടുണ്ട്. ഒന്ന് മനസ്സ് വച്ചാൽ നല്ലൊരു സ്ക്രിപ്റ്റ് ഉണ്ടാക്കാൻ സാന്ദ്രക്ക് സാധിക്കില്ലേ എന്ന് വർഗ്ഗീസ് ചോദിച്ചപ്പോൾ ആദ്യം അവൾക്ക് ഭയമാണുണ്ടായത്. കോടികൾ മുടക്കി നിർമ്മിക്കുന്ന സിനിമയുടെ ജീവൻ അതിന്റെ കഥയാണ്. കഥ ഉണ്ടാക്കിയാൽ മാത്രം പോര. തിരക്കഥയും സംഭാഷണവും എഴുതണം. അതൊരു ചെറിയ ജോലിയല്ല. അത്രയും വലിയൊരു റിസ്ക്ക് എടുക്കാൻ തനിക്ക് കഴിയുമെന്ന് തോന്നുന്നില്ല എന്ന് അവൾ പറഞ്ഞു.

പക്ഷേ വർഗ്ഗീസ് പറഞ്ഞതിനോട് നിർമ്മാതാവായ ബിജിപാൽ പൂർണ്ണമായും യോജിച്ചു. എഴുത്തിൽ എപ്പോളും സാന്ദ്ര കൂടെക്കാണും എന്ന് ആന്റോ പലപ്പോളും പറഞ്ഞിട്ടുള്ളതാണ്. മാത്രമല്ല സാന്ദ്രക്ക് നല്ല സ്റ്റോറി സെൻസ് ഉണ്ടെന്നും ചില സീനുകൾ കൂടുതൽ നന്നാകാൻ പലപ്പോളും നല്ല നിർദേശങ്ങൾ നൽകാറുണ്ടെന്നുമൊക്കെ ഭാര്യയെ കുറിച്ച് അഭിമാനത്തോടെ പറയാറുള്ള ആളാണ് ആന്റോ. അത് കൊണ്ട് തന്നെ സാന്ദ്രയെ തനിക്ക് വിശ്വാസമാണെന്നും ഈ അവസരത്തിൽ തന്നെ സഹായിക്കാൻ വേറെ ആരും ഇല്ലെന്നും ബിജിപാൽ

അപേക്ഷാ സ്വരത്തിൽ പറഞ്ഞത് കേട്ടപ്പോൾ ഭർത്താവ് വാങ്ങിയ പണം തിരികെ കൊടുക്കാൻ കഴിയാത്തതിനാലും ഭർത്താവ് കാരണം ഒരാൾക്കും ഒരു ബുദ്ധിമുട്ടും ഉണ്ടാകരുതെന്ന് കരുതിയും സാന്ദ്ര സ്ക്രിപ്റ്റ് തയ്യാറാക്കി നൽകാം എന്ന് ബിജിപാലിന് വാക്ക് നൽകി.

സാന്ദ്ര ഉറപ്പ് പറഞ്ഞപ്പോളാണ് അദ്ദേഹത്തിന് ജീവൻ വീണത്. ഒരു മാസത്തിനുള്ളിൽ തന്നെ ഫുൾ സ്ക്രിപ്റ്റ് നൽകാമെന്ന് അവൾ പറഞ്ഞു. സാന്ദ്രയോടും വർഗീസിനോടും നന്ദി പറഞ്ഞു ബിജിപാൽ അവിടെ നിന്ന് പോയി.

അദ്ദേഹത്തിനോട് വാക്ക് പറഞ്ഞെങ്കിലും ഉള്ളിന്റെയുള്ളിൽ സാന്ദ്രയ്ക്ക് എന്തോ പേടിയായിരുന്നു. അവളൊരു കഥയുണ്ടാക്കി അത് സിനിമയായതിന് ശേഷം ഒരുപക്ഷെ ആ ചിത്രം പരാജയപ്പെട്ടാൽ അത് തന്റെ ഭർത്താവ് ഇത് വരെ ഉണ്ടാക്കിയെടുത്ത പേരിനെ ബാധിക്കുമോ എന്നവൾ ഭയന്നു. പക്ഷേ വർഗീസ് അവൾക്ക് ധൈര്യം നൽകി.

"ജീവിതം നമ്മളെ തോൽപ്പിക്കാൻ നോക്കുമ്പോൾ നമ്മൾ ജയിക്കാൻ ശ്രമിക്കണം. ആന്റോ ഇതറിഞ്ഞാൽ സന്തോഷിക്കുകയേ ഉള്ളൂ."

വർഗീസിന്റെ വാക്കുകൾ അവൾക്ക് ധൈര്യം നൽകി. അവൾ എഴുതാൻ തന്നെ തീരുമാനിച്ചു.

ആ വീട്ടിൽ ഇരിക്കുമ്പോഴെല്ലാം ആശുപത്രിയിൽ കിടക്കുന്ന ആന്റോയുടെ മുഖം മാത്രമാണ് അവളുടെ മനസ്സിൽ എത്തുന്നത്. മറ്റൊന്നിനെ കുറിച്ചും ചിന്തിക്കാൻ അവൾക്കാകുന്നില്ല.

ഈ അന്തരീക്ഷത്തിൽ നിന്നും മാറിനിന്നാൽ മാത്രമേ അവൾക്ക് എഴുതാൻ സാധിക്കൂ എന്ന് മനസ്സിലാക്കിയ വർഗീസ് ഒരു പോംവഴി പറഞ്ഞു. ഹോസ്പിറ്റലും ഡോക്ടറും

തനിക്ക് വേണ്ടപ്പെട്ടയാൾ ആയത് കൊണ്ട് തന്നെ ആന്റോ എത്ര നാൾ വേണമെങ്കിലും അവിടെ സുരക്ഷിതനായിരിക്കും. സാന്ദ്ര ഇവിടെ നിന്ന് മാറി മൂന്നാറിലെ അവരുടെ പുതിയ വില്ലയിലേയ്ക്ക് പോകുന്നതാണ് ഉചിതം. കഥയെഴുതാൻ പറ്റിയ അന്തരീക്ഷം ആണ് അവിടെ. മനസ്സ് ശാന്തമാണെങ്കിലേ നല്ല ചിന്തകൾ വരുള്ളൂ.

ആന്റോയോടൊപ്പം ഒന്നിച്ചു പോകണം എന്നായിരുന്നു ആഗ്രഹം. പക്ഷേ ഇപ്പോൾ മനസ്സ് അനുവദിക്കുന്നില്ലെങ്കിൽ കൂടിയും പോകാതെ വഴിയില്ല. പോകാൻ തന്നെ തീരുമാനിച്ചു.

ആശുപത്രിയിൽ ചെന്ന് ആന്റോയുടെ അടുത്തിരുന്നു സാന്ദ്ര താൻ ഏറ്റെടുത്ത ആ വലിയ ദൗത്യത്തെ പറ്റി അവനോട് പറഞ്ഞു. ആന്റോ എല്ലാം കേൾക്കുന്നുണ്ടെന്ന് അവൾക്കറിയാം. മനസ്സ് കൊണ്ട് ആന്റോ തന്നെ അനുഗ്രഹിച്ചിട്ടുണ്ടാകും എന്ന വിശ്വാസത്തോടെ അവൾ ആന്റോയോട് യാത്ര പറഞ്ഞു അവിടെ നിന്നിറങ്ങി.

പോകാൻ നേരം ഞാൻ തിരിച്ച് വന്നിട്ട് നമുക്ക് ഒരുമിച്ച് അവിടേക്ക് പോകാം എന്ന ഉറപ്പും നൽകിയാണ് അവൾ ഇറങ്ങിയത്.

വർഗീസ് അവളെയും കൊണ്ട് മൂന്നാറിലേക്ക് പോയി. അവിടെ ആന്റോ വാങ്ങിയ വില്ലയിൽ എത്തിയപ്പോൾ മറ്റേതോ ഒരു ലോകത്ത് എത്തിയത് പോലെയാണ് അവൾക്ക് തോന്നിയത്. ആന്റോ ഇല്ലാത്ത ആരുമില്ലാത്ത ഒറ്റപ്പെട്ട ഒരിടം.

വാതിൽ തുറന്ന് അവർ അകത്തു കയറി. വിശാലമാണ് അവിടം. അതി മനോഹരം വെറുതെയല്ല ആന്റോയ്ക്ക് ഈ വില്ല ഇഷ്ടമായത്. അവൾ ആ വില്ലയുടെ ഓരോ ചുവരുകളുടെയും ഭംഗി ആസ്വദിച്ചു.

"ഒറ്റക്ക് ഇവിടെ നിൽക്കാൻ പേടിയുണ്ടോ" വർഗീസിന്റെ ചോദ്യം.

"പേടിയൊന്നുമില്ല പിന്നെ പാചകം അറിയുന്ന ആരെയെങ്കിലും ഒന്ന് ഏർപ്പാട് ചെയ്യണം. എഴുത്തിന്റെ കൂടെ എല്ലാം കൂടി നടക്കില്ല"

"അത് ഞാനേർപ്പാട് ചെയ്യാം. നാളെ കഴിഞ്ഞ് ഞാൻ ബാംഗ്ലൂർക്ക് പോകും. കുറച്ചു ബിസിനസ് ഡീൽ ഉണ്ട്. ഇവിടെ പാലും ഫുഡുമൊക്ക കൊണ്ട് വരാൻ തൽക്കാലം ഒരാളെ ഏർപ്പാട് ചെയ്തിട്ടുണ്ട്. എന്തെങ്കിലും അത്യാവശ്യം ഉണ്ടെങ്കിൽ എന്നെ വിളിച്ചാൽ മതി."

വീട് പരിചയപ്പെടുത്തി കൊടുത്ത ശേഷം അവൾക്ക് ഒരിക്കൽ കൂടി എഴുതാനുള്ള ധൈര്യം നൽകി വർഗീസ് തിരിച്ചു പോയി.

വർഗീസ് പോയി കഴിഞ്ഞു അരമണിക്കൂർ കഴിഞ്ഞപ്പോൾ അവൾക്ക് സഹായത്തിനു ഏർപ്പാടാക്കിയ തമ്പു എന്നയാൾ അവിടെ എത്തി. വൈകിട്ട് ചായയ്ക്കുള്ള പാലും കൊണ്ടാണ് തമ്പു വന്നത്.

തമ്പുവിനോടൊപ്പം അവൾ ആ വീടും പരിസരവുമെല്ലാം ചുറ്റിക്കറങ്ങി കണ്ടു. മനസ്സിന് ചെറിയൊരു ആശ്വാസം തോന്നി. അവിടെ അടുത്ത് ഭാര്യയോടും രണ്ട് മക്കളോടും ഒപ്പമാണ് തമ്പു താമസിക്കുന്നത്. എന്ത് സഹായം വേണമെങ്കിലും വിളിക്കാൻ മടിക്കരുതെന്ന് പറഞ്ഞാണ് തമ്പു പോയത്.

തമ്പു വാങ്ങിക്കൊണ്ട് വന്ന ആഹാരവും കഴിച്ച് സാന്ദ്ര ഉറങ്ങാൻ കിടന്നു. തൊട്ടടുത്ത ദിവസം മുതൽ എഴുതാൻ ആരംഭിക്കണം എന്ന തീരുമാനത്തോടെ. പക്ഷേ എന്തോ ഇടക്കൊക്കെ ആന്റോയെ കുറിച്ചുള്ള ചിന്തകൾ അവളെ വേട്ടയാടി.

ഓരോന്നോർത്ത് കിടന്ന് അറിയാതെ എപ്പോളോ അവൾ ഉറങ്ങി. രാവിലെ എഴുന്നേറ്റു കുളികഴിഞ്ഞു കണ്ണാടിക്ക് മുന്നിൽ നിന്ന് മുടി ചീകിക്കൊണ്ട് നിന്നപ്പോൾ ഹോർണിങ് ബെൽ മുഴങ്ങുന്ന ശബ്ദം കേട്ടു. രാവിലെ തമ്പു ആയിരിക്കും എന്ന് കരുതി അവൾ വാതിൽ തുറക്കാനായി പോയി.

ഡോർ തുറന്ന് നോക്കിയപ്പോൾ പുറത്ത് രണ്ട് ചെറുപ്പക്കാർ നിൽക്കുന്നത് കണ്ടു.

"ആരാ"അമ്പരപ്പോടെ അവൾ ചോദിച്ചു

അതിന് മറുപടി പറയാൻ നിൽക്കാതെ അവർ അകത്തേക്ക് ഇടിച്ച് കയറി.

കൂട്ടത്തിലൊരാൾ അവളെ കടന്നു പിടിച്ചു. മറ്റെയാൾ വാതിൽ അടച്ചു.

എന്താണ് സംഭവിക്കുന്നതെന്ന് മനസ്സിലാക്കാൻ പറ്റുന്നതിന് മുൻപ് തന്നെ അവർ അവളെ ബലാത്സംഗം ചെയ്തു.

കരുത്തന്മാരായ അവരുടെ കരവലയങ്ങളിൽ നിന്നും വഴുതി മാറാൻ അവൾക്കായില്ല. എങ്കിലും സർവ ശക്തിയുമെടുത്തു അവൾ കൂട്ടത്തിൽ ഒരുത്തന്റെ ചെകിടത്ത് ഇടിച്ചു.

പെട്ടെന്ന് ഒരു ഞെട്ടലോടെ സാന്ദ്ര ചാടി എഴുന്നേറ്റു. അതൊരു ദുഃസ്വപ്നം ആയിരുന്നു.

എന്താണിപ്പോൾ ഇങ്ങനെയൊരു സ്വപ്നം. സാധാരണ ഇങ്ങനെയുള്ള സ്വപ്നങ്ങൾ കാണാറേയില്ല. അവൾക്കെന്തോ ഭയം തോന്നി. എന്തോ ആപത്തു സംഭവിക്കാൻ പോകുന്ന പോലെ ഒരു തോന്നൽ.

പിറ്റേന്ന് തമ്പു വന്നപ്പോൾ അവൾ ഇതേപ്പറ്റി അവനോട് പറഞ്ഞു. അത് കേട്ടപ്പോൾ അവന് ചിരിയാണ് വന്നത്. പെട്ടെന്ന് വീടുമാറി ഇതുപോലൊരു സ്ഥലത്ത് ഒറ്റക്ക് താമസിക്കുമ്പോൾ ആർക്കായാലും ഇങ്ങനെയൊക്കെ തോന്നും. അത് കാര്യമാക്കണ്ട എന്നായിരുന്നു അവന്റെ

മറുപടി. മാത്രമല്ല ഇതിന് മുൻപ് ഇവിടെ വന്നിട്ടുള്ളവരൊക്ക ഇത് പോലെ ഓരോ പേടി സ്വപ്നങ്ങൾ കാണാറുള്ളതായി പറഞ്ഞിട്ടുണ്ട്. ഈ വില്ലയുടെ പേര് ഡ്രീം ഹൗസ് എന്നാക്കേണ്ടി വരുമോ എന്ന് തമാശ രൂപേണ തമ്പു പറഞ്ഞു. പക്ഷേ അപ്പോളും സാന്ദ്രയുടെ ഭയം വിട്ടുമാറിയിരുന്നില്ല.

മറ്റ് ചിന്തകളൊക്ക മനസ്സിൽ നിന്ന് മാറ്റിയിട്ടു വന്ന കാര്യത്തിൽ ശ്രദ്ധ കേന്ദ്രീകരിക്കാൻ തമ്പു പറഞ്ഞു.

അന്ന് ഏറെ നേരം ഇരുന്നും നടന്നും കിടന്നുമൊക്കെ ചിന്തിച്ചിട്ടും സാന്ദ്രക്ക് ഒരു ഐഡിയയും കിട്ടിയില്ല. തന്നെക്കൊണ്ട് സാധിക്കില്ലേ എന്ന് വരെ തോന്നി.

കട്ടിലിൽ കിടന്ന് ചിന്തിക്കുന്നതിനിടയിൽ ഹോർണിങ് ബെൽ മുഴങ്ങി. ആ ശബ്ദം കേട്ടാലേ ഇപ്പോൾ പേടിയാണ് അവൾക്ക്. അവൾ എഴുന്നേറ്റു ചെന്ന് വാതിൽ തുറന്നു.

പുറത്ത് ഒരു സുന്ദരിയായ പെൺകുട്ടി നിൽക്കുന്നത് കണ്ട് സാന്ദ്ര അത്ഭുതത്തോടെ നോക്കി.

"ഞാൻ ലെച്ചു, ജോലിക്ക് ആളെ വേണമെന്ന് പറഞ്ഞിരുന്നില്ലേ"

"ഓഹ് വർഗ്ഗീസ് അങ്കിൾ പറഞ്ഞിട്ട് വന്നതാണോ?" മിണ്ടാനും പറയാനും ഒരാളെ കിട്ടിയ സന്തോഷത്തോടെ സാന്ദ്ര ചോദിച്ചു.

"അതെ"എന്ന് ലെച്ചു മറുപടി നൽകി.

"അകത്തേക്ക് വാ"

സാന്ദ്ര അവളെ അകത്തേക്ക് ക്ഷണിച്ചു. ഒരു ചെറു പുഞ്ചിരിയോടെ ലെച്ചു അകത്തേക്ക് കയറി.

"എവിടെയാ വീട് "

"ഇവിടെ അടുത്താ" ആ വീടിനകം നോക്കികൊണ്ണുന്നതിനിടയിൽ ലെച്ചു മറുപടി നൽകി

"ആരൊക്കെയുണ്ട് വീട്ടിൽ" സാന്ദ്രയുടെ അടുത്ത കുശലാന്വേക്ഷണം.

"ഞാനും അച്ഛനും മാത്രമേ ഉള്ളൂ, അമ്മ ചെറുപ്പത്തിലേ മരിച്ചു. ചോദിക്കാൻ വിട്ടു ചേച്ചിയുടെ പേരെന്താ? ചേച്ചിയെന്നു വിളിക്കുന്നതിൽ വിരോധമുണ്ടോ?"

"അങ്ങനെ വിളിച്ചാൽ മതി അല്ലാതെ മാഡം എന്നൊക്കെ വിളിച്ചാൽ എടുത്താൽ പൊങ്ങാത്തതെന്തോ തലയിലെടുത്തു വയ്ച്ചു തരുന്നത് പോലെയാണ് എനിക്ക്." സാന്ദ്ര പറഞ്ഞത് കേട്ട് ലെച്ചു പുഞ്ചിരിച്ചു.

"ഇത്രയും വലിയ വീട്ടിൽ ചേച്ചി ഒറ്റയ്ക്ക് എങ്ങനെ?"

"ഒറ്റയ്ക്കല്ലല്ലോ ലെച്ചുവും കൂടെ ഇല്ലേ. കുറച്ച് നാൾ കഴിയുമ്പോൾ എന്റെ ഭർത്താവും വരും. അതൊക്കെ ഞാൻ സമയം കിട്ടുമ്പോൾ വിശദമായിട്ട് പറഞ്ഞു തരാം"

"ശെരി ചേച്ചീ ഞാൻ കുളിച്ചിട്ട് ഐശ്വര്യമായിട്ട് കിച്ചണിലോട്ട് കയറി നല്ല അടിപൊളി ഫുഡ് ഉണ്ടാക്കിക്കൊണ്ട് വരാം."

ശെരി എന്ന അർത്ഥത്തിൽ പുഞ്ചിരിയോടെ സാന്ദ്ര തലയാട്ടി.

അന്നത്തെ ദിവസം എത്ര ആലോചിച്ചിട്ടും സാന്ദ്രക്ക് ഒരു കഥയും ഉണ്ടാക്കാൻ കഴിഞ്ഞില്ല. ഇനി അവശേഷിക്കുന്നത് 28 ദിവസങ്ങൾ മാത്രം. അതിനുള്ളിൽ സ്ക്രിപ്റ്റ് പൂർത്തിയാക്കി കൊടുത്തില്ലെങ്കിൽ! വാക്ക് പാലിച്ചേ മതിയാകൂ.

ഓരോന്ന് ചിന്തിച്ചു വിഷമിച്ചിരിക്കുന്ന സാന്ദ്രയുടെ മുന്നിലേയ്ക്ക് താൻ പാചകം ചെയ്ത ആഹാരവുമായി ലെച്ചു കടന്ന് വന്നു. ഒരു പ്രത്യേക മണം അവിടെയാകെ പരന്നു. നാവിൽ വെള്ളമൂറുന്ന മണം.

ആഹാരം വിളമ്പി വച്ച ശേഷം ലെച്ചു സാന്ദ്രയെ കഴിക്കാൻ ക്ഷണിച്ചു.

"ചേച്ചി കഴിച്ചിട്ട് പറ എങ്ങനെ ഉണ്ടെന്ന് "

സാന്ദ്ര ഒരു പുഞ്ചിയോടെ ആഹാരം കഴിക്കാനിരുന്നു.

"ലെച്ചു കഴിക്കുന്നില്ലേ"

"ഞാൻ പിന്നെ കഴിച്ചോളാം"

സാന്ദ്ര കൗതുകത്തോടെ ആഹാരം കഴിക്കാൻ തുടങ്ങി. അത്രയും രുചിയുള്ള ഭക്ഷണം അവൾ ജീവിതത്തിൽ ആദ്യമായാണ് കഴിക്കുന്നത്.

കഴിച്ചു കഴിഞ്ഞു സാന്ദ്ര ലെച്ചുവിനെ പ്രശംസിച്ചു.
"സ്ക്രിപ്റ്റ് വർക്ക് കഴിഞ്ഞാലും ലെച്ചുവിനെ സ്ഥിരമായിട്ട് ഇവിടെ നിർത്തിയാലോന്നു ആലോചിക്കുവാ"

അത് കേട്ടപ്പോൾ ലെച്ചുവിന് അതിയായ സന്തോഷമായി. അത് അവൾക്ക് കിട്ടാവുന്ന ഏറ്റവും വലിയ അംഗീകാരം ആയിരുന്നു.

അന്ന് പാലുമായി തമ്പു വന്നപ്പോൾ സാന്ദ്ര ലെച്ചുവിനെ പറ്റി അവനോട് പറഞ്ഞു.

"തമ്പു ഇനി ഫുഡ് കൊണ്ട് വരണ്ട. ജോലിക്ക് ആള് വന്നു."

"അതെയോ? എന്നിട്ടെവിടെ ആള്?" തമ്പു തിരക്കി

"കിച്ചണിൽ ഉണ്ട് രാത്രിയിലത്തേക്കുള്ള സ്പെഷ്യൽ ഫുഡ് ഉണ്ടാക്കുവാ. നല്ല കൈപ്പുണ്യം ഉള്ള കുട്ടി. മിക്കവാറും ഫുഡ് കഴിപ്പ് മാത്രമേ നടക്കുള്ളൂ എന്നാ തോന്നുന്നത് "

അത് കേട്ട് തമ്പു പുഞ്ചിരിക്കുന്നു.

"എന്തായാലും കൂട്ടിനൊരാളായല്ലോ. ഞാൻ ചെല്ലട്ടെ ഒന്ന് രണ്ടിടത്തു കൂടി പാല് കൊടുക്കാനുണ്ട് "

ശെരി എന്ന് സാന്ദ്ര തലയാട്ടി.

കുറച്ചു നേരം അവൾ പുറത്തിറങ്ങി അങ്ങോട്ടും ഇങ്ങോട്ടും നടന്നു. ചിന്തയിലേക്ക് ഒന്നും കടന്ന് വരുന്നില്ല.

രാത്രി ലെച്ചുവിനോട് കുശലവും പറഞ്ഞിരുന്നു. അവൾക്ക് കിടക്കാൻ ഒരു മുറിയും നൽകി. അങ്ങനെ ആ ദിവസവും കടന്ന് പോയി.

തൊട്ടടുത്ത ദിവസം രാവിലെ എഴുന്നേറ്റ ലെച്ചു കോഫിയുമായി സാന്ദ്രയുടെ അടുത്തേക്ക് ചെന്നു.

"ഇന്നലെ ശെരിക്ക് ഉറങ്ങാൻ പറ്റിയില്ല. എന്തൊക്കെയോ കുറേ സ്വപ്നങ്ങൾ കണ്ടു." കോഫി സാന്ദ്രക്ക് കൊടുത്ത് കൊണ്ട് ലെച്ചു പറഞ്ഞു.

അത് കേട്ടപ്പോൾ ലെച്ചുവും തന്നെപോലെ സ്വപ്നം കണ്ടോ അപ്പോൾ തമ്പു പറഞ്ഞത് നേരാണല്ലോ എന്ന് സാന്ദ്രക്ക് തോന്നി.

"എന്ത് സ്വപ്നമാ കണ്ടത് "?

അറിയാനുള്ള ആഗ്രഹത്തോടെ സാന്ദ്ര ചോദിച്ചു

താൻ കണ്ട സ്വപ്നത്തെ കുറിച്ച് അവൾ വിവരിച്ചു. വളരെ വിചിത്രമായ ആ സ്വപ്നത്തെ കുറിച്ച് കേട്ടപ്പോൾ സാന്ദ്രക്ക് ചിരിയാണ് വന്നത്. താൻ പറഞ്ഞത് കേട്ട് സാന്ദ്ര ചിരിക്കുന്നത് കണ്ടപ്പോൾ കളിയാക്കുകയാണോ എന്ന് ലെച്ചു സംശയിച്ചു.

"ചേച്ചി എന്തിനാ ചിരിക്കുന്നത് "

"പിന്നെ ഇതൊക്കെ കേട്ടാൽ ചിരി വരില്ലേ. കഴിഞ്ഞ ദിവസം ഞാനും കണ്ടിരുന്നു ഇതുപോലൊരു സ്വപ്നം."

ഒന്നും കാര്യമാക്കേണ്ടതില്ല എന്ന് പറഞ്ഞു സാന്ദ്ര അവൾക്ക് ധൈര്യം നൽകി.

പിന്നീട് തനിച്ചിരുന്നു കഥകൾ പലതും സാന്ദ്ര ആലോചിച്ചു. മനസ്സിൽ പലതും വന്നുപോയി. പക്ഷേ ഒന്നും തൃപ്തികരമായി തോന്നിയില്ല. അവളാകെ തളർന്നു.

പ്രത്യേകിച്ച് ഒന്നും സംഭവിക്കാതെ ആ ദിവസവും കടന്നു പോയി.

തൊട്ടടുത്ത ദിവസവും രാവിലെ ലെച്ചു തലേന്ന് കണ്ട സ്വപ്നത്തെ കുറിച്ച് സാന്ദ്രയോട് പറഞ്ഞു.

കേട്ടാൽ വിശ്വസിക്കാത്ത തരത്തിലുള്ള കുറെയേറെ കാര്യങ്ങൾ. ഇത്തവണയും സാന്ദ്ര ചിരിച്ചു തള്ളി.

"ചേച്ചീ ഞാൻ രണ്ടാമത്തെ തവണയാണ് ഇപ്പോൾ ഇങ്ങനെ ഉള്ള സ്വപ്നങ്ങൾ കാണുന്നത്. ചേച്ചിക്ക് ഇത് കേട്ടിട്ട് ചിരിയാണോ വരുന്നത്. "

"പിന്നല്ലാതെ ലോകത്തൊന്നും നടക്കാത്ത കുറേ കാര്യങ്ങൾ. ഇതൊക്ക കേട്ടാൽ ആരായാലും ചിരിച്ചു പോകും."

"ചേച്ചിയോട് ഇത് പറയാൻ വന്ന എന്നെ പറഞ്ഞാൽ മതിയല്ലോ. എനിക്കിത് ആരോടെങ്കിലും പറഞ്ഞില്ലിലെങ്കിൽ ഒരു സമാധാനം കിട്ടില്ല അതാണ് ചേച്ചിയോട് പറഞ്ഞത്"

ലെച്ചു നീരസത്തോടെ കിച്ചണിലേക്ക് പോയി. പാവം കുട്ടി എന്ന മട്ടിൽ അവളെ നോക്കി പുഞ്ചിരിച്ചു കൊണ്ട് സാന്ദ്ര പുറത്തേക്കിറങ്ങി.

ഈ വീട്ടിൽ തന്നെ ഇരിക്കുന്നത് കൊണ്ടാകും ഒരു നല്ല കഥ ഇതുവരെ ഉണ്ടാക്കാൻ സാധിക്കാത്തതെന്ന് മനസ്സിലാക്കിയ സാന്ദ്ര പുറത്തൊക്കെ ഒന്ന് ചുറ്റിക്കറങ്ങാൻ തീരുമാനിച്ചു.

ലെച്ചുവിനെയും കൂട്ടി അവൾ പുറത്തേക്ക് പോയി. ലെച്ചുവിനോടൊപ്പം സാന്ദ്ര മൂന്നാറിന്റെ ഭംഗി ആസ്വദിച്ചു. ലെച്ചു ഓരോ സ്ഥലവും സാന്ദ്രക്ക് പരിചയപ്പെടുത്തി കൊടുത്തു. ചെറിയ കടകളിൽ കയറി. പലഹാരങ്ങൾ വാങ്ങി. മനസ്സിനെ കുളിരണിയിക്കുന്ന ഒട്ടേറെ കാഴ്ചകൾ കണ്ടു. പക്ഷേ കഥ മാത്രം കിട്ടിയില്ല. പക്ഷേ ജീവിതത്തിൽ കുറിച്ച് വയ്ക്കാൻ പറ്റുന്ന ഒരു നല്ല ദിവസമായി അത് മാറി.

വില്ലയിലെത്തിക്കഴിഞ്ഞു വൈകുന്നേരം സാന്ദ്ര ലാപ്ടോപ് ഓൺ ചെയ്തു. എന്തെങ്കിലും എഴുതാൻ പറ്റും എന്നൊരു വിശ്വാസത്തോടെയാണ് ലാപ്ടോപ് എടുത്തത്. പക്ഷേ വെറുതേ അതിൽ നോക്കി ഇരുന്നതല്ലാതെ ഒന്നും കിട്ടിയില്ല. നിരാശയോടെ അവൾ അത് ഓഫ് ചെയ്ത് റൂമിലേക്ക് പോയി.

വിഷമത്തോടെയാണ് അവൾ ഉറങ്ങാൻ കിടന്നത്. പലതും ആലോചിച്ച് തിരിഞ്ഞും മറിഞ്ഞും കിടന്നു.

രാവിലെ പതിവ് പോലെ ലെച്ചു കോഫിയും കൊണ്ട് വന്നു. കളിയാക്കും എന്ന് പേടിച്ചിട്ടാണോ അതോ സ്വപ്നം ഒന്നും കാണാഞ്ഞിട്ടാണോ അവൾ ഒന്നും മിണ്ടിയില്ല.

"ലെച്ചു ഇന്നലെ സ്വപ്നം ഒന്നും കണ്ടില്ലേ"?

"എന്തിനാ ചേച്ചീ എന്നെ കളിയാക്കാനല്ലേ. സ്വപ്നമൊക്കെ കണ്ടു പക്ഷേ ഞാൻ പറയില്ല."

സാന്ദ്രയോട് പറഞ്ഞിട്ട് കാര്യമൊന്നും ഇല്ലെന്ന് അറിയാവുന്നത് കൊണ്ട് മനഃപൂർവം പറയണ്ടെന്നു കരുതിയതാണവൾ.

"ഏയ് ഞാൻ കളിയാക്കുകയൊന്നുമില്ല. ലെച്ചു പറ" ലെച്ചുവിന് വിഷമം ഉണ്ടാകണ്ടേന്ന് കരുതി സാന്ദ്ര നിർബന്ധിച്ചു.

ആദ്യം ലെച്ചു പറയാൻ തയ്യാറായില്ലെങ്കിലും സാന്ദ്ര നിർബന്ധിച്ചപ്പോൾ അവൾ തലേന്ന് കണ്ട സ്വപ്നത്തെ കുറിച്ച് സാന്ദ്രയോട് പറഞ്ഞു.

പക്ഷേ ഇത്തവണ ലെച്ചു പറഞ്ഞ കാര്യങ്ങൾ വളരെ ശ്രദ്ധാപൂർവം സാന്ദ്ര കേട്ടു. മറ്റ് രണ്ട് ദിവസങ്ങളിലെ സ്വപ്നങ്ങൾ പോലെ ആയിരുന്നില്ല ലെച്ചുവിന്റെ ഈ മൂന്നാമത്തെ സ്വപ്നം.

കേട്ട് കഴിഞ്ഞു സാന്ദ്ര ഒന്നും മിണ്ടിയില്ല. അവൾ മാറി നിന്ന് അതേപറ്റി എന്തൊക്കെയോ ചിന്തിച്ചു. സിനിമക്ക് വേണ്ടി ഒരു കഥ ആലോചിച്ച് നടന്ന സാന്ദ്ര ലെച്ചുവിന്റെ ആ സ്വപ്നം സിനിമക്ക് വേണ്ടിയുള്ള കഥയാക്കാൻ തീരുമാനിച്ചു. കാരണം ലെച്ചു കണ്ട സ്വപ്നം വെറുമൊരു ഭ്രാന്തൻ സ്വപ്നമായിരുന്നില്ല. അതിന് ജീവനുണ്ടായിരുന്നു. നല്ലൊരു ക്രൈം ത്രില്ലർ സ്റ്റോറിക്ക് ഉള്ള വക അതിലുണ്ടായുന്നു.
പിന്നെ ഒന്നും ആലോചിച്ചില്ല ലെച്ചുവിനോട് ഒരു നന്ദി മാത്രം പറഞ്ഞ് നേരെ പോയി ലാപ്ടോപ് എടുത്ത് തിരക്കഥക്ക് തുടക്കമിട്ടു.

അവൾ അതിന് ഒരു പേരും നൽകി.

മൂന്നാമത്തെ സ്വപ്നം !

പിന്നെ വിശ്രമം ഇല്ലാത്ത എഴുത്തായിരുന്നു. പറഞ്ഞതിലും 5 ദിവസം മുൻപേ അവളത് എഴുതി തീർത്തു.

നിർമ്മാതാവ് ബിജിപാലിനെ വിളിച്ച് ആ സന്തോഷ വാർത്ത അറിയിക്കുകയും ചെയ്തു. അദ്ദേഹത്തിന്റെ മെയിൽ ഐഡി വാങ്ങി സ്ക്രിപ്റ്റ് മെയിൽ ചെയ്തു കൊടുത്തു.

താൻ ഏറ്റെടുത്ത ദൗത്യം നിറവേറ്റിയ ആഹ്ലാദത്തോടെ അന്നവൾ സമാധാനമായി ഉറങ്ങി.

പിറ്റേന്ന് രാവിലെ ബിജിപാലിന്റെ കാൾ വന്നപ്പോളാണ് സാന്ദ്ര ഉറക്കത്തിൽ നിന്നും ഉണർന്നത്. അദ്ദേഹം എന്ത് പറയും കഥ ഇഷ്ട്ടപ്പെട്ടു കാണുമോ ഇല്ലയോ എന്നുള്ള പേടിയോടെയാണ് അവൾ കാൾ എടുത്തത്.

"ഹലോ സാന്ദ്ര കഥ എനിക്ക് ഇഷ്ടപ്പെട്ടു. ഞാൻ പ്രതീക്ഷിച്ചതിനേക്കാൾ നന്നായിട്ടുണ്ട്. ഇത് ഹിറ്റ് ആകുമെന്ന് എനിക്ക് 100% ഉറപ്പുണ്ട്. ഇതൊരു നല്ല തുടക്കമാവട്ടെ. എങ്ങനെയാണു നന്ദി പറയേണ്ടതെന്ന് എനിക്കറിയില്ല. സിനിമ സ്റ്റാർട്ട് ചെയ്യുന്നതിന് മുൻപ് നമുക്ക് നേരിട്ട് കാണാം"

ബിജിപാലിന്റെ വാക്കുകൾ കേട്ട് സാന്ദ്രയുടെ കണ്ണ് നിറഞ്ഞു. എന്ത് പറയണം എന്നവൾക്കറിയില്ലായിരുന്നു.

മനസ്സിൽ ആന്റോയെ കുറിച്ചുള്ള ഓർമ്മകൾ കടന്നു വന്നു. ഇതറിയുമ്പോൾ ആന്റോ ഒരുപാട് സന്തോഷിക്കും എന്നവൾക്ക് ഉറപ്പുണ്ട്.

എത്ര പറഞ്ഞാലും തീരാത്ത നന്ദിയും കടപ്പാടും ലെച്ചുവിനോട് ഉണ്ട്. അവൾക്ക് പകരം എന്ത് കൊടുത്താലും മതിയാകില്ല.

എത്രയും പെട്ടെന്ന് ഭർത്താവിന്റെ അടുത്തെത്തിയാൽ മതിയെന്നായിരുന്നു അവൾക്ക്. വർഗ്ഗീസ് അങ്കിൾ ബാംഗ്ലൂരിൽ ബിസിനസ് കാര്യങ്ങളുമായി തിരക്കിലാണ്. ഒരു ടാക്സി പിടിച്ച് നാട്ടിലേക്ക് പോകാൻ അവൾ തീരുമാനിച്ചു. പോയിട്ടു ഭർത്താവിനോടൊപ്പം തിരിച്ച് വരുമെന്നും അപ്പോൾ വീണ്ടും കാണാം എന്നും ലെച്ചുവിനോട് സാന്ദ്ര പറഞ്ഞു.

അവർ ഒരുമിച്ച് അവിടെ നിന്നും ഇറങ്ങി. ടാക്സി സ്റ്റാൻഡ് വരെ ലച്ചു ഒപ്പം പോയി. ലെച്ചുവിനോട് യാത്ര പറഞ്ഞ് സാന്ദ്ര ടാക്സിയിൽ കയറി പോയി. ലെച്ചുവിനെ പിരിഞ്ഞു പോകുന്നതിൽ അവൾക്ക് അതിയായ വിഷമം ഉണ്ടായിരുന്നു. പക്ഷേ ഭർത്താവിന്റെ അടുത്തേക്ക് എത്രയും പെട്ടെന്ന് എത്തണം എന്നായിരുന്നു അവൾക്ക്. അദേഹത്തിന്റെ അവസ്ഥ എന്തായിക്കാണും എന്നറിയാൻ മനസ്സ് വെമ്പുകയാണ്. പ്രതീക്ഷ മാത്രമാണ് എല്ലാം എന്നവൾക്കറിയാം.

ഹോസ്പിറ്റിലിന് മുന്നിൽ ടാക്സി നിർത്തിയപ്പോൾ കാശും കൊടുത്ത് അവൾ വേഗത്തിൽ ഭർത്താവിനെ കാണാൻ ഓടി പോയി.

പക്ഷേ കാര്യമായ മാറ്റമൊന്നും അദ്ദേഹത്തിനുണ്ടായില്ല എന്ന് കണ്ടറിഞ്ഞപ്പോൾ സാന്ദ്രക്ക് വിഷമം വന്നു. തളർന്നു കിടക്കുന്ന ഭർത്താവിന്റെ അടുത്തിരുന്നു അവൾ വിതുമ്പി. അദ്ദേഹത്തിന് വേണ്ടി ഏറ്റെടുത്ത ദൗത്യം ഭംഗിയായി പൂർത്തീകരിച്ച കാര്യം പറഞ്ഞ് അവൾ ആന്റോയുടെ കണ്ണുകളിലേക്ക് നോക്കി.

ആ കണ്ണുകളിലെ പ്രസാദം അവൾക്ക് കാണാമായിരുന്നു. എന്തോ പറയാനായി അവൾ തുനിഞ്ഞപ്പോൾ ഡോക്ടർ അങ്ങോട്ട് വന്നു.

തന്റെ ഭർത്താവിനെ ഇത്രനാൾ സംരക്ഷിച്ചതിന് അവൾ ഡോക്ടറോട് നന്ദി പറഞ്ഞു. പക്ഷേ അത് തന്റെ കടമയായിട്ടാണ് ഡോക്ടർ കണ്ടത്. സാന്ദ്രയുടെ സ്നേഹവും പരിചരണവും കൊണ്ട് കാലക്രമേണ ആന്റോയിൽ മാറ്റം വന്നേക്കാം. ചിലപ്പോൾ ഈ അവസ്ഥ ഇങ്ങനെ തന്നെ തുടർന്നെന്നും വരാം. അക്കാര്യത്തിൽ ഉറപ്പ് പറയാനാകില്ലെന്ന് ഡോക്ടർ പറഞ്ഞപ്പോൾ അവളുടെ കണ്ണുകൾ നിറഞ്ഞൊഴുകി. പക്ഷേ അവളിൽ പ്രതീക്ഷ

അപ്പോളും ബാക്കി ഉണ്ടായിരുന്നു.

ആന്റോയെ ഡിസ്ചാർജ് ചെയ്ത് വീട്ടിൽ കൊണ്ട് പോയി. അവരുടെ മൂന്നാറിലെ വില്ലയെ കുറിച്ചും ലച്ചുവിനെ കുറിച്ചുമെല്ലാം അവൾ വാതോരാതെ സംസാരിച്ചു. എല്ലാം ആന്റോ കേൾക്കുന്നുണ്ട് മനസ്സിലാക്കുന്നുണ്ട് എന്നവൾക്ക് അറിയാം.

പിറ്റേന്ന് ബിജിപാൽ ആന്റോയെ കാണാൻ വീട്ടിലെത്തി. ആന്റോയുടെ ആ കിടപ്പ് അദ്ദേഹത്തെ വല്ലാതെ വേദനിപ്പിച്ചു. സിനിമയിലേക്ക് വീണ്ടും വേഗം തിരിച്ച് വരണമെന്ന് ആന്റോയോട് അദ്ദേഹം പറഞ്ഞു. തന്റെ സിനിമയുടെ പൂജ അടുത്തയാഴ്ച്ചയാണ് അതിന് സാന്ദ്രയെ ക്ഷണിക്കാൻ കൂടിയാണ് വന്നതെന്ന് അദ്ദേഹം പറഞ്ഞു.

"പൂജയും ഷൂട്ടിങ്ങും എല്ലാം ഭംഗിയായി നടക്കട്ടെ, ഇവിടെ നിന്ന് എനിക്കിപ്പോൾ വരാൻ സാധിക്കില്ല. എന്റെ പ്രാർത്ഥനയുണ്ട്. ഈ സിനിമ വിജയിക്കേണ്ടത് എന്റെ കൂടി ആവശ്യമാണ്. മറിച്ചായാൽ അതെന്റെ ആന്റോയുടെ തോൽവിയാകും. അങ്ങനെ സംഭവിക്കാൻ പാടില്ല."

ഈ സിനിമ വിജയിക്കുമെന്നുള്ള കാര്യത്തിൽ ഒരു സംശയവും വേണ്ടെന്നു ബിജിപാൽ ഉറപ്പിച്ച് പറഞ്ഞു. അത്ര ശക്തമാണ് ആ തിരക്കഥ. മലയാള സിനിമയ്ക്ക് ഒരു പുതിയ തിരക്കഥാകൃത്തിനെ കൂടി കിട്ടിയിരിക്കുന്നു എന്ന് ആന്റോയോട് അഭിമാനത്തോടെ ബിജിപാൽ പറഞ്ഞു. രണ്ട് പേർക്കും നന്മകൾ ആശംസിച്ച് അദ്ദേഹം അവിടെ നിന്ന് പോയി.

പിന്നെയെല്ലാം പെട്ടെന്നായിരുന്നു. 55 ദിവസം കൊണ്ട് സിനിമ പൂർത്തിയായി. നല്ലൊരു ദിവസം നോക്കി തീയേറ്ററിൽ സിനിമ റിലീസ് ചെയ്തു. ആദ്യ ദിവസം തന്നെ തീയേറ്റർ ഹൗസ് ഫുൾ ആയിരുന്നു. സിനിമയെ പറ്റി എല്ലാവരിൽ നിന്നും നല്ല അഭിപ്രായമാണ് കിട്ടിയത്. ആ വിവരം

ബിജിപാൽ സാന്ദ്രയെ വിളിച്ചറിയിച്ചപ്പോൾ അവൾക്ക് എന്തെന്നില്ലാത്ത സന്തോഷമായി. അവൾ ഓടിച്ചെന്നു ആന്റോയുടെ അടുത്തിരുന്നു ആഹ്ലാദത്തോടെ നിറകണ്ണുകളോടെ ആ സന്തോഷ വാർത്ത അറിയിച്ചു.

സന്തോഷം കൊണ്ടാവണം ആന്റോയുടെ കണ്ണിൽ നിന്നും കണ്ണിനീർ പൊഴിഞ്ഞത് അവൾ ശ്രദ്ധിച്ചു. സ്നേഹത്തോടെ അവൾ ആന്റോയുടെ നെറുകിൽ ചുംബിച്ചു.

പക്ഷേ എല്ലാ സന്തോഷങ്ങൾക്കും വിരാമമിട്ടു കൊണ്ട് കോടതി സിനിമ സ്റ്റേ ചെയ്തു. ചില മുതിർന്ന രാഷ്ട്രീയ നേതാക്കന്മാരുടെ ഇടപെടൽ. ആരെയൊക്കെയോ സിനിമ മനപ്പൂർവം അവഹേളിക്കാൻ ശ്രമിക്കുന്നതായുള്ള പരാതികൾ അങ്ങനെ നിരവധി കാരണങ്ങൾ കൊണ്ടാണ് സിനിമ പ്രദർശിപ്പിക്കുന്നത് നിർത്തി വയ്ക്കാൻ കോടതി ഉത്തരവിട്ടത്.

സംവിധായകനും നിർമ്മാതാവിനുമെതിരെ കേസും ഫയൽ ചെയ്തിട്ടുണ്ട്. ബിജിപാൽ ആകെ തകർന്നു. പെട്ടെന്ന് ഇങ്ങനെ സംഭവിക്കുമെന്ന് അദ്ദേഹം പ്രതീക്ഷിച്ചിരുന്നില്ല. ആരാണ് എന്തിനാണ് പരാതി നൽകിയതെന്ന് അദ്ദേഹത്തിന് മനസ്സിലായതുമില്ല.

കമ്മീഷണർ ദേവരാജൻ നേരിട്ട് ഇടപെട്ട കേസായിരുന്നു അത്. അദ്ദേഹം തന്നെ ബിജിപാലിനെ നേരിൽ കണ്ട് കാര്യങ്ങൾ സംസാരിച്ചു.

"നിങ്ങടെ സിനിമയിലെ ചില കഥാപാത്രങ്ങൾക്ക് ഇവിടുത്തെ ചില രാഷ്ട്രീയ പ്രമുഖരുമായും മറ്റ് ഉന്നത വ്യക്തികളുമായും ബന്ധമുള്ളതായിട്ടാണ് പരാതി കിട്ടിയിട്ടുള്ളത്.
മനപ്പൂർവം കള്ളക്കഥ ഉണ്ടാക്കി അവരുടെ ഭാവി നശിപ്പിക്കാനുള്ള ശ്രമമാണ് നിങ്ങൾ നടത്തുന്നതെന്നാണ് പരാതിയിൽ പറഞ്ഞിട്ടുള്ളത്. ഇതിനെ കുറിച്ച് താങ്കൾക്ക് എന്താണ് പറയാനുള്ളത് "

കമ്മീഷണർ പറഞ്ഞത് കേട്ടപ്പോൾ ബിജിപാലിന് ആശ്ചര്യമാണ് തോന്നിയത്

"സാർ ഇത് വെറുമൊരു കഥയാണ്. ഇതിൽ സാർ പറയുന്നത് പോലെ ആരെയും അവഹേളിച്ചിട്ടില്ല. കഥക്ക് വേണ്ടി സൃഷ്ടിച്ചെടുത്ത കൃത്രിമ കഥാപാത്രങ്ങൾ മാത്രമാണ് സിനിമയിലുള്ളത്. അല്ലാതെ വ്യക്തിപരമായി ആരെയും അപമാനിക്കാൻ വേണ്ടി സിനിമയിൽ ഉൾപ്പെടുത്തിയിട്ടില്ല."

പക്ഷേ അത് വിശ്വസിക്കാൻ ദേവരാജൻ തയ്യാറായില്ല.

"ആരു പറഞ്ഞു ഇല്ലെന്ന്. നിങ്ങളുടെ സിനിമയിലെ ഓരോ കഥാപാത്രത്തിന്റെയും പേരുകൾ പോലും അതേപടി പകർപ്പാണ്. എല്ലാ കഥാപാത്രങ്ങളും ജീവിച്ചിരിക്കുന്നവരാണ്. അതേ പേരിൽ തന്നെ."

ദേവരാജൻ പറഞ്ഞത് കേട്ട് ബിജിപാൽ ഞെട്ടി. അദ്ദേഹത്തിന് അത് വിശ്വസിക്കാൻ കഴിഞ്ഞില്ല.

"അതെങ്ങനെ സംഭവിച്ചു"

അഭുതത്തോടെ ബിജിപാൽ ചോദിച്ചു.

"അത് തന്നെയാണ് ഞാനും ചോദിക്കുന്നത് അതെങ്ങനെ സംഭവിച്ചെന്ന്. ഈ കഥ നിങ്ങൾക്കെവിടെ നിന്ന് കിട്ടി?"

ബിജിപാൽ നടന്ന കാര്യങ്ങൾ ദേവരാജനോട് പറഞ്ഞു. സാന്ദ്രയാണ് കഥ ഉണ്ടാക്കിയതെന്ന് കേട്ടപ്പോൾ സാന്ദ്രയെ കുറിച്ച് കൂടുതൽ അന്വേഷിച്ചു.

മൂന്നാറിലെ വില്ലയിൽ പോയിട്ടാണ് ഈ കഥ തയ്യാറാക്കിയതെന്നറിഞ്ഞപ്പോൾ ദേവരാജന്റെ മുഖത്തുണ്ടായ ഭാവ വ്യത്യാസം ബിജിപാൽ ശ്രദ്ധിച്ചു.

പല കാര്യങ്ങളും രഹസ്യമായി സൂക്ഷിക്കേണ്ടതുള്ളതിനാൽ ദേവരാജൻ സാന്ദ്രയേയും വീട്ടിൽ ചെന്ന് കണ്ടു. കഥയുടെ ഉറവിടത്തെ പറ്റി അവളോട് തിരക്കി.

ലെച്ചുവിന് ഒരു അപകടം വരരുതെന്ന് കരുതി സാന്ദ്ര അത് താനുണ്ടാക്കിയ കഥയാണെന്ന് അദ്ദേഹത്തോട് പറഞ്ഞു. പക്ഷേ ദേവരാജൻ അത് വിശ്വസിക്കാൻ തയ്യാറായില്ല.

"സത്യം പറയുന്നതാണ് നല്ലത്. ഇല്ലെങ്കിൽ നീയും നിർമ്മാതാവുമുൾപ്പെടെ ആ സിനിമയിൽ പ്രവർത്തിച്ച എല്ലാവരും കുടുങ്ങും"

ദേവരാജൻ അവളെ ഭീക്ഷണിപ്പെടുത്തി.

ഒടുവിൽ മറ്റുള്ളവരെ കുറിച്ചോർത്തു സത്യം തുറന്ന് പറയാൻ അവൾ തീരുമാനിച്ചു. ഇഷ്ടത്തോടെ അല്ലെങ്കിലും ഗത്യന്തരമില്ലാതെ അവൾ ലച്ചുവിനെ കുറിച്ചും അവൾ കണ്ട സ്വപ്നത്തെ കുറിച്ചും ദേവരാജനോട് പറഞ്ഞു.

"ഈ ലച്ചു ഇപ്പോൾ എവിടെയുണ്ട് " ദേവരാജൻ തിരക്കി

"ആന്റോയുടെ അങ്കിൾ ആണ് അവളെ അവിടെ ജോലിക്കായിട്ട് പറഞ്ഞു വിട്ടത്. അല്ലാതെ അവളെ കുറിച്ച് കൂടുതലായൊന്നും എനിക്കറിയില്ല."

"അങ്കിളിനെ വിളിച്ചിട്ട് അവളുടെ ഡീറ്റെയിൽസ് ചോദിക്ക്"

ദേവരാജൻ ആവശ്യപ്പെട്ടത് പ്രകാരം അവൾ വർഗ്ഗീസ് അങ്കിളിനെ ഫോണിൽ വിളിച്ചു

"ഹലോ അങ്കിൾ ഞാൻ സാന്ദ്രയാണ്. അന്ന് വില്ലയിൽ ജോലിക്കായിട്ട് ഒരു പെൺകുട്ടിയെ പറഞ്ഞു വിട്ടില്ലേ ലച്ചു ആ കുട്ടി ഇപ്പോൾ എവിടെ ഉണ്ട് " സാന്ദ്ര തിരക്കി

"അയ്യോ സോറി മോളെ ഞാൻ തിരക്കിനിടയിൽ അക്കാര്യം വിട്ടു പോയി. ആരെയും ഏർപ്പാട് ചെയ്യാൻ പറ്റിയില്ല. മോൾ പിന്നെ വിളിച്ചതുമില്ല. അല്ല മോൾ പിന്നെ ഏതു കുട്ടിയുടെ കാര്യമാ പറഞ്ഞത് "

അത് കേട്ടപ്പോൾ സാന്ദ്ര ഞെട്ടി. ലൗഡ് സ്പീക്കറിൽ ഇട്ടിരുന്ന ഫോണിൽ നിന്നും "ഹലോ മോളേ.. കേൾക്കുന്നില്ലേ.." എന്ന വർഗ്ഗീസിന്റെ ശബ്ദം ഉയർന്നു കേട്ടു.

സാന്ദ്ര കോൾ കട്ടാക്കി. അങ്കിൾ ഒരു കുട്ടിയേയും ഏർപ്പാട് ചെയ്തിട്ടില്ല എന്ന് പറഞ്ഞത് കേട്ടപ്പോൾ സാന്ദ്ര പറഞ്ഞത് കള്ളമാണെന്ന് ദേവരാജന് തോന്നി.

"വെറുതെ ഓരോ കള്ളങ്ങൾ പറഞ്ഞു രക്ഷപ്പെടാനുള്ള ശ്രമം ആണോ."

"സത്യമായിട്ടും അല്ല സാർ എന്നോടൊപ്പം അവിടെ ലെച്ചു എന്നൊരു കുട്ടിയുണ്ടായിരുന്നു. അവളാണ് എനിക്ക് ഫുഡ് ഉണ്ടാക്കി തന്നു കൊണ്ടിരുന്നത്. സാറിന് വിശ്വാസമായില്ലെങ്കിൽ ഞങ്ങൾ ഒരുമിച്ചുള്ള സെൽഫി ഫോട്ടോസ് ഞാൻ കാണിച്ചു തരാം"

സാന്ദ്ര മൊബൈലിന്റെ ഗ്യാലറിയിൽ നിന്നും ലെച്ചുവുമൊരുമിച്ച് മൂന്നാറിൽ കറങ്ങിയ ദിവസമെടുത്ത സെൽഫി ചിത്രങ്ങൾ ദേവരാജനെ കാണിക്കാനായി എടുത്തു. പക്ഷേ ആ ചിത്രങ്ങൾ കണ്ട് അവൾ ഞെട്ടിത്തെറിച്ചു. അതിൽ എല്ലാം സാന്ദ്ര മാത്രമേ ഉണ്ടായിരുന്നുള്ളു. എന്താണ് സംഭവിക്കുന്നതെന്നറിയാതെ അവൾ ഭയന്നു. സാന്ദ്ര മനഃപൂർവം തന്നെ കബളിപ്പിക്കാനുള്ള ശ്രമം നടത്തുകയാണെന്ന് ദേവരാജൻ വിശ്വസിച്ചു.

"മതിയാക്കു നിന്റെ ഈ നാടകം കളി. ഞാൻ വെറും മണ്ടനാണെന്നാണോ നീ വിചാരിച്ചിരിക്കുന്നത്. ഇല്ലാത്ത ഒരു പെൺകുട്ടിയുടെ പേര് പറഞ്ഞു ഓരോ ഇല്ലാക്കഥകൾ ഉണ്ടാക്കി വട്ടു കളിക്കാൻ നോക്കുകയാണോ." ദേവരാജൻ ദേഷ്യപ്പെട്ടു

"ഞാൻ പറഞ്ഞത് സത്യമാണ് സാർ. സാറിന് വിശ്വാസമില്ലെങ്കിൽ നമുക്ക് മൂന്നാറിലേക്ക് പോകാം. അവിടെ ചെന്ന് അന്വേഷിക്കുമ്പോൾ സാറിന് ബോധ്യമാകും ഞാൻ പറഞ്ഞത് സത്യമാണെന്ന് "

സത്യം തെളിയിക്കാൻ വേണ്ടി അവളോടൊപ്പം മൂന്നാറിലേക്ക് പോകാൻ ദേവരാജൻ തീരുമാനിച്ചു.

ആന്റോയുടെ സഹോദരിയെ തൽക്കാലത്തേക്ക് സഹായത്തിനു വീട്ടിൽ വിളിച്ചു വരുത്തിയിട്ട് ദേവരാജനോടൊപ്പം അവൾ മൂന്നാറിലേക്ക് പോയി.

വില്ലയിൽ എത്തുന്നതിനു മുൻപ് തന്നെ പകുതി വഴിയിൽ വച്ച് അവൾ തമ്പുവിനെ കണ്ടു. തമ്പുവിനോട് അവൾ ലെച്ചുവിനെ പറ്റി ചോദിച്ചു. ദേവരാജനും തമ്പുവിനോട് അവളെ കുറിച്ച് തിരക്കി.

"വീട്ടിൽ ജോലിക്ക് ലെച്ചു എന്നൊരു കുട്ടി വന്നതായിട്ട് എന്നോട് പറഞ്ഞു പക്ഷേ ഞാൻ ഇത് വരെയും ആ കുട്ടിയെ കണ്ടില്ല. ഞാൻ അന്വേക്ഷിക്കുമ്പോളെല്ലാം അവൾ കിച്ചണിലാണെന്നാണ് മാഡം എന്നോട് പറഞ്ഞത്."

തമ്പു പറഞ്ഞത് കേട്ട് ദേവരാജൻ സാന്ദ്രയെ തറപ്പിച്ചു നോക്കി.

മൂന്നാറിൽ അവർ ഒരുമിച്ച് പോയ കടകളിലും എല്ലാം ദേവരാജൻ സാന്ദ്രയേയും കൊണ്ട് പോയി അന്വേഷിച്ചു. പക്ഷേ അവരെല്ലാം പറഞ്ഞത് അന്ന് സാന്ദ്ര മാത്രമേ ഉണ്ടായിരുന്നുള്ളു എന്നാണ്. പക്ഷേ അസാധാരണമായിട്ട് എന്തോ തോന്നിയത് കൊണ്ടാണ് അവരെല്ലാം അവളെ ഓർത്തിരിക്കാൻ കാരണം.

അവിടെ വരുമ്പോളും പലഹാരങ്ങൾ വാങ്ങുമ്പോളുമെല്ലാം സാന്ദ്രയിൽ എന്തോ അസാധാരണമായ പെരുമാറ്റം അവർക്ക് അനുഭവപ്പെട്ടതായി എല്ലാവരും പറഞ്ഞു.

സാന്ദ്രയുടെ അവസാന പ്രതീക്ഷ ആ ടാക്സി ആയിരുന്നു. ടാക്സി സ്റ്റാൻഡിൽ പോയി അന്ന് അവളെ നാട്ടിൽ കൊണ്ടാക്കിയ ടാക്സി ഡ്രൈവറോട് അവൾ ലെച്ചുവിനെ കുറിച്ച് ചോദിച്ചു.

"അന്ന് മാഡം ഒറ്റക്കാണ് വന്നത്. ആരോടോ സംസാരിക്കുന്നത് പോലെ എനിക്ക് തോന്നി. മൈബൈലിൽ സംസാരിക്കുകയാകും എന്നാണ് കരുതിയത് "

അയ്യാൾ അങ്ങനെ പറഞ്ഞപ്പോൾ സാന്ദ്രയുടെ അവസാന പ്രതീക്ഷയും നഷ്ടമായി. ദൂരെ ഒരിടത്തേക്ക് മാറി നിന്നു അവൾ ഉറക്കെ കരഞ്ഞു. തനിക്ക് ചുറ്റും എന്താണ് നടക്കുന്നതെന്ന് മനസ്സിലാക്കാൻ അവൾക്ക് സാധിച്ചില്ല.

ലെച്ചു ഒരു തോന്നലായിരുന്നോ. അങ്ങനെയെങ്കിൽ അവൾ പറഞ്ഞ കഥ. അതെങ്ങനെ സത്യമാകും എന്തൊക്കെയോ നിഗൂഢതകൾ ഉണ്ടെന്ന് സാന്ദ്രക്ക് മനസ്സിലായി. ഒറ്റക്ക് നിൽക്കുന്ന സാന്ദ്രയുടെ അടുത്തേക്ക് ദേവരാജൻ ചെന്നു.

"പുതിയ കഥകൾ ആലോചിക്കുകയാണോ. നിങ്ങൾ എഴുത്തുകാർക്ക് കഥയുണ്ടാക്കാൻ അധിക സമയമൊന്നും വേണ്ടല്ലോ. "

"സാർ എന്നെ ഒരിക്കലും വിശ്വസിക്കില്ല എന്നെനിക്കറിയാം. ഞാൻ സിനിമക്ക് വേണ്ടി എഴുതിയ കഥ സത്യമാണെങ്കിൽ അതിനെ ആരെങ്കിലും ഭയക്കുന്നുണ്ടെങ്കിൽ അവർ തെറ്റ് ചെയ്തിട്ടുള്ളത് കൊണ്ടല്ലേ?"

അത് കേട്ട് ദേവരാജൻ അവളോട് ദേഷ്യപ്പെട്ടു.

"നീ പോലീസിനെ പഠിപ്പിക്കാൻ വരണ്ട. മാന്യന്മാർക്കെതിരെ കള്ളക്കഥ ഉണ്ടാക്കി അപമാനിക്കാൻ ശ്രമിച്ചതിനുള്ള പണി നിനക്ക് വരുന്നുണ്ട് കരുതി ഇരുന്നോ."

ദേവരാജൻ അവളെയും കൊണ്ട് നാട്ടിലേക്ക് പോയി. അവളെ വീട്ടിലാക്കി മുന്നറിയിപ്പും നൽകിക്കൊണ്ടാണ് ദേവരാജൻ പോയത്.

അത് വരെ നടന്ന കാര്യങ്ങളൊന്നും വിശ്വസിക്കാൻ അവൾക്കായില്ല. തന്നോടൊപ്പം 25 ദിവസങ്ങൾ അവിടെ ഉണ്ടായിരുന്ന ലെച്ചു ഒരു മിഥ്യയാണെന്ന് വിശ്വസിക്കാൻ സാന്ദ്രക്ക് ആകുമായിരുന്നുമില്ല. സത്യം കണ്ടു പിടിക്കണം. ലെച്ചു ആരാണെന്നും അവൾക്ക് എന്താണ് സംഭവിച്ചതെന്നും അറിയണം. അതിന് വേണ്ടി ഒരിക്കൽ കൂടി ആ വിലയിലേക്ക് പോകാൻ അവൾ തീരുമാനിച്ചു.

താൻ മടങ്ങി വരുന്നത് വരെ ആന്റോയെ നോക്കാനുള്ള ചുമതല ആന്റോയുടെ സഹോദരിയെ ഏൽപ്പിച്ച് സാന്ദ്ര മൂന്നാറിലേക്ക് പോയി.

അവളറിയാതെ ദേവരാജൻ ഏർപ്പാട് ചെയ്ത രണ്ടു പേർ അവളെ പിന്തുടരുന്നുണ്ടായിരുന്നു.

വില്ലയിലെത്തി സാന്ദ്ര അവിടെ ആകെ പരതി നോക്കി. ലെച്ചു ഉണ്ടായിരുന്നപ്പോൾ ഉള്ള എന്തെങ്കിലും തെളിവുകൾ അവിടെ അവശേഷിക്കുന്നുണ്ടോ എന്ന്. പക്ഷേ ഒന്നും കിട്ടിയില്ല.

അന്ന് രാത്രി ഉറങ്ങാൻ കിടന്ന സാന്ദ്ര ഒരു സ്വപ്നം കണ്ടു.

ലെച്ചുവും അവളുടെ അച്ഛനായ ബാബുവും മൂന്നാറിൽ ഒരു വിനോദ യാത്രക്കെത്തി. സ്ഥലങ്ങളെല്ലാം കണ്ട് രാത്രി അവർ വീട്ടിലേക്ക് മടങ്ങും വഴി കാറിന്റെ ടയർ പഞ്ചറായി. ആ രാത്രി സഹായത്തിനു അവിടെയെങ്ങും ആരെയും കണ്ടില്ല. കുറച്ചു മുന്നോട്ട് നടന്നപ്പോൾ അകലെയായി ഒരു വില്ല കണ്ടു. സാന്ദ്ര വാങ്ങിയ അതേ വില്ല.

ബാബുവും ലെച്ചുവും സംശയം ചോദിക്കാനായി അങ്ങോട്ട് ചെന്നു. അവിടെ ചെന്ന് ആരെങ്കിലും ഉണ്ടോ എന്ന് തിരക്കിയപ്പോൾ 40 വയസ്സ് പ്രായം തോന്നിക്കുന്ന വിജയൻ എന്നയാൾ പുറത്തേക്ക് വന്നു.

ബാബു വിജയനോട് കാര്യം പറഞ്ഞു.

"ഇനി ഇപ്പോൾ രാവിലെ വർക്ക് ഷോപ്പ് തുറന്നു ആള് വന്നാലേ പറ്റുള്ളൂ. ഒരു കാര്യം ചെയ്യൂ ഇന്ന് ഇവിടെ തങ്ങിക്കോ"

വിജയനോട് ബാബു നന്ദി പറഞ്ഞു.

വിജയൻ അവരെ അകത്തേക്ക് കൂട്ടിക്കൊണ്ട് പോയി അവർക്ക് മുറി കാണിച്ച് കൊടുത്തു. ബാബുവിനും ലെച്ചുവിനും രണ്ട് മുറികൾ നൽകി.

"നിങ്ങൾ ഭക്ഷണം കഴിച്ചായിരുന്നോ"

കഴിച്ചെന്നു ബാബു തലയാട്ടി.

"എന്നാൽ പിന്നെ ഉറങ്ങി കൊള്ളൂ ഗുഡ് നൈറ്റ് "

ബാബുവും ലെച്ചുവും രണ്ട് മുറികളിലായി ഉറങ്ങാൻ കിടന്നു.

അര മണിക്കൂർ കഴിഞ്ഞപ്പോൾ മോനിച്ചൻ എന്ന കോളേജ് വിദ്യാർത്ഥി വിജയനെ കാണാൻ അവിടെ വന്നു.

വിജയൻ ഒരു രാഷ്ട്രീയ പ്രവർത്തകനാണ്. കോളേജിൽ പാർട്ടിക്കാർ തമ്മിലുള്ള പ്രശ്നം ഒത്തുതീർപ്പാക്കുന്നതിന് വേണ്ടിയാണു വിജയൻ മോനിച്ചനോട് വരാൻ പറഞ്ഞത്.

ഇലെക്ഷൻ അടുത്ത് വരുന്ന സമയമാണ് വെറുതേ പ്രശ്നങ്ങൾ ഉണ്ടാക്കരുതെന്ന് വിജയൻ മോനിച്ചനെ ഉപദേശിച്ചു. വരുന്ന പ്രചരണത്തിന് കുറച്ച് പിള്ളേരെ ഇറക്കണമെന്നും പറഞ്ഞു.

കാര്യങ്ങൾ സംസാരിച്ചു കഴിഞ്ഞു അവർ ഒരുമിച്ച് മദ്യം കഴിച്ചു.

പോകാൻ നേരം പുറത്ത് ഒരു പെൺകുട്ടിയുടെ ചെരുപ്പ് കിടക്കുന്നത് കണ്ട് സംശയത്തോടെ മോനിച്ചൻ വിജയനെ നോക്കി.

"ഇതേതാ ഒരു പെണ്ണിന്റെ ചെരുപ്പ്"?

"അത് വഴിയിൽ കാർ പണി മുടക്കി ഒരു ഫാമിലി ഹെൽപ് ചോദിച്ചു വന്നതാ."

അത് വിശ്വസിക്കാൻ മോനിച്ചൻ തയ്യാറായില്ല.

"എന്നോട് തന്നെ വേണോ."

"സംശയമാണെങ്കിൽ നീ കയറി നോക്കിക്കോ. ഒരു അച്ചനും മോളും പാവങ്ങളാ"

എന്നിട്ടും വിശ്വാസം വരാത്ത മോനിച്ചൻ അകത്തേക്ക് കയറി.

"ഏത് മുറിയിലാ" മോനിച്ചൻ തിരക്കി

വിജയൻ മുറി കാണിച്ചു കൊടുത്തു.

"ഉറങ്ങുന്നവരെ ശല്യപ്പെടുത്തല്ലേ. അതും മദ്യപിച്ചിട്ട്, നാണക്കേടാണ് "

അതൊന്നും വക വയ്ക്കാതെ മോനിച്ചൻ ലെച്ചു കിടക്കുന്ന മുറിയുടെ വാതിൽ മുട്ടി. അൽപ സമയം കഴിഞ്ഞപ്പോൾ ലെച്ചു വാതിൽ തുറന്നു.

സുന്ദരിയായ ലെച്ചുവിനെ കണ്ട് മോനിച്ചൻ അമ്പരപ്പോടെ നോക്കി .

മോനിച്ചനെ കണ്ട് ലെച്ചു ഭയന്നു. മദ്യ ലഹരിയിൽ മോനിച്ചൻ അവളെ കടന്നു പിടിച്ചു. അവൾ കുതറി മാറിയ ശേഷം നിലവിളിച്ചു.

അവൾ ഒച്ച വച്ചപ്പോൾ മോനിച്ചൻ അവളുടെ വാപൊത്തി.

ശബ്ദം കേട്ട് വാതിൽ തുറന്ന് നോക്കിയ ബാബു കണ്ടത് മകളുടെ വായിൽ കൈ പൊത്തി നിൽക്കുന്ന മോനിച്ചനെയാണ്. ദേഷ്യത്തോടെ അലറിക്കൊണ്ട് ബാബു മോനിച്ചന്റെ അടുത്തേക്ക് ചെന്നു. അവനെ പിടിച്ചു മാറ്റിയ ശേഷം തല്ലാൻ തുടങ്ങി.

പിന്നിൽ നിന്നും ഒരു വലിയ കമ്പി കൊണ്ട് വിജയൻ ബാബുവിന്റെ തലക്കടിച്ചു വീഴ്ത്തി. ബോധം കെട്ട് നിലത്തു വീണ ബാബുവിനെ ആ മുറിയിൽ നിന്നും വിജയൻ വലിച്ച് പുറത്തിട്ടു.

മോനിച്ചൻ കതകടച്ച ശേഷം ലെച്ചുവിനെ മാനഭംഗപ്പെടുത്തി. കാര്യം കഴിഞ്ഞു പുറത്ത് വന്ന മോനിച്ചൻ അവളെ മുറിയിലിട്ട് പുറത്ത് നിന്ന് പൂട്ടി.

പുറത്തിറങ്ങി നോക്കിയപ്പോൾ ബാബു മരിച്ചു എന്ന് മോനിച്ചൻ മനസ്സിലാക്കി. മദ്യത്തിന്റെ ലഹരിയിൽ പറ്റിപ്പോയ ഒരു കൈയബദ്ധം ആയിരുന്നു അത്. ഇനി എന്ത് ചെയ്യുമെന്ന് ആലോചിച്ചു നിൽകുമ്പോൾ വിജയൻ സിഐ ദേവരാജനെ വിളിച്ചിട്ട് അത്യാവശ്യമായിട്ട് അങ്ങോട്ട് ചെല്ലാൻ പറഞ്ഞു.

അൽപ സമയത്തിനുള്ളിൽ ദേവരാജൻ അവിടെ എത്തി. സംഭവം അറിഞ്ഞ ദേവരാജൻ ആ ബോഡി എങ്ങനെയെങ്കിലും അവിടെ നിന്ന് മാറ്റണം എന്ന് പറഞ്ഞു. മോനിച്ചൻ പാർട്ടിയിലെ തന്റെ പരിചയക്കാരെ വിളിച്ചു. പാർട്ടിക്ക് വേണ്ടി എന്ത് ഗുണ്ടാപ്പണിയും ചെയ്യുന്ന ദീപനും ശരത്തും അപ്പോൾ തന്നെ അവിടെ എത്തി.

ബാബുവിന്റെ ബോഡിയും എടുത്ത് അവർ ദേവരാജൻ പറഞ്ഞതനുസരിച്ച് അത് സുരക്ഷിതമായി ഒരിടത്ത് കുഴിച്ചു മൂടാനായി കൊണ്ട് പോയി.

വില്ലയിലുള്ള രക്തക്കറ മുഴുവനും കഴുകിക്കളഞ്ഞു. ഇതിനെല്ലാം കരണക്കാരിയായ ആ പെൺകുട്ടിയെ ഒന്ന് കാണാൻ തന്നെ തീരുമാനിച്ച് ദേവരാജൻ മുറി തുറന്നു. മുറിയിൽ കെട്ടിത്തൂങ്ങി നിൽക്കുന്ന ലെച്ചുവിനെ കണ്ട് അവർ ഞെട്ടി. അവളുടെ കെട്ടഴിച്ചു നിലത്തിറക്കാൻ മോനിച്ചനോട് ദേവരാജൻ പറഞ്ഞു.

മോനിച്ചൻ അതനുസരിച്ചു. അവളെ കഴുത്തിലെ കുരുക്ക് മാറ്റി നിലത്ത് കിടത്തി.അവൾക്ക് ശ്വാസമുണ്ടെന്ന് ദേവരാജന് മനസ്സിലായി. അവൾ ജീവിച്ചിരിക്കുന്നത് ഇനി എല്ലാവർക്കും ആപത്താണെന്ന് മനസ്സിലാക്കിയ ദേവരാജൻ മുറിയിൽ കിടന്ന കമ്പിയെടുത്ത് അവളുടെ തലക്ക് ശക്തിയായി അടിച്ചു. ആ അടിയിൽ അവൾ ഒന്ന് പിടഞ്ഞു മരിച്ചു.

പെട്ടെന്ന് സാന്ദ്ര സ്വപ്നത്തിൽ നിന്ന് ഞെട്ടി ഉണർന്നു. ലെച്ചു കൊല്ലപ്പെട്ട വിവരം അവൾ അപ്പോളാണ് മനസ്സിലാക്കിയത്. ലെച്ചുവിന്റെ ആത്മാവാണ് തന്നോടൊപ്പം ഉണ്ടായിരുന്നതെന്നും സ്വപ്നം എന്ന് പറഞ്ഞു കൊണ്ട് ലെച്ചു പറഞ്ഞത് അവളുടെ സ്വന്തം കഥ ആയിരുന്നെന്നും മനസ്സിലാക്കിയപ്പോൾ സാന്ദ്രക്ക് ഭയം തോന്നി.

സാന്ദ്ര ഇപ്പോൾ കണ്ട സ്വപ്നം സത്യമാണെങ്കിൽ ലെച്ചു മരിച്ചിട്ട് 15 വർഷങ്ങൾ കഴിഞ്ഞിരിക്കുന്നു. അന്നത്തെ സി

ഐ ദേവരാജൻ ഇന്ന് കമ്മീഷണറാണ്. രാഷ്ട്രീയക്കാരനായ വിജയൻ മന്ത്രിയാണ്. അപ്പോൾ വെറുതെയല്ല അവർ സിനിമ നിർത്തി വയ്പ്പിച്ചത്. ഇതെല്ലാം ചെയ്തിട്ട് ഒന്നും അറിയാത്ത പോലെയുള്ള കമ്മീഷണറുടെ പെരുമാറ്റത്തിൽ സാന്ദ്രക്ക് ആശ്ചര്യം തോന്നി.

പിറ്റേന്ന് രാവിലെ നിർമ്മാതാവ് ബിജിപാലിനെ വിളിച്ച് അവൾ കാര്യങ്ങൾ സംസാരിച്ചു.

അത്ഭുതത്തോടെയാണ് അദ്ദേഹം ഇതെല്ലാം കേട്ടത്. സാന്ദ്ര അറിയാതെ വില്ലയിൽ പ്രവേശിച്ച ദേവരാജന്റെ സഹായികളായ സാബുവും ശിവനും ഈ വിവരം ദേവരാജനെ വിളിച്ചറിയിച്ചു.

കാര്യങ്ങൾ സാന്ദ്ര മനസ്സിലാക്കിയ സ്ഥിതിക്ക് ഇനി അവൾ ജീവിച്ചിരിക്കുന്നത് ആപത്താണെന്ന് ദേവരാജന് മനസ്സിലായി. അവർ ചെയ്ത കൊള്ളരുതായ്കകൾ സത്യമാണെന്നു പുറം ലോകം അറിഞ്ഞാൽ അതോടെ തീരും എല്ലാം എന്ന് മനസ്സിലാക്കിയ ദേവരാജനും മന്ത്രി വിജയനും ചേർന്ന് സാന്ദ്രയെ അവിടെ വച്ച് തന്നെ ഇല്ലാതാക്കാൻ തീരുമാനിച്ചു.

സാബുവിനോടും ശിവനോടും അവളെ കൊലപ്പെടുത്താൻ ദേവരാജൻ ആവശ്യപ്പെട്ടു.

വില്ലയിൽ നിൽക്കുന്ന സാന്ദ്രയെ അവർ ആക്രമിച്ചു. അവളെ അവർ ഒരുമിച്ച് തല്ലാൻ തുടങ്ങി. പെട്ടെന്ന് എന്തോ ഒരാമാനുഷിക ശക്തി അവളിലേക്ക് ആവാഹിക്കപ്പെട്ടു. സർവ ശക്തിയുമെടുത്തു അവൾ അവരെ തിരിച്ചു ആക്രമിച്ചു. ആ രണ്ട് പേരെയും അവൾ തല്ലി അവശരാക്കി. അവരെ ഒരു മുറിയിൽ പൂട്ടിയിട്ടു.

തനിക്ക് എങ്ങനെ ഇതിന് സാധിച്ചെന്ന് അവൾക്ക് മനസ്സിലായില്ല. പക്ഷേ താൻ അപകടത്തിലാണെന്ന കാര്യം അവൾക്കുറപ്പായി.

ബിജിപാലിനെ വിളിച്ച ശേഷം താൻ ആപത്തിലാണെന്ന കാര്യം അവൾ പറഞ്ഞു. അവളോട് സുരക്ഷിതയായിട്ട് അവിടെ തന്നെ ഇരിക്കാൻ ബിജിപാൽ പറഞ്ഞു.

തനിക്ക് വിശ്വാസമുള്ള ഒരു പോലീസ് ഓഫീസറോട് ബിജിപാൽ കാര്യങ്ങൾ സംസാരിച്ചു. സത്യാവസ്ഥ മനസ്സിലാക്കാനും ആപത്തിൽ നിന്നും സാന്ദ്രയെ രക്ഷിക്കാനും ബിജിപാലിനെ സഹായിക്കാൻ പോലിസ് ഓഫിസർ നിതിൻ തീരുമാനിച്ചു.

സാബുവിനെയും ശിവനെയും ബന്ധപ്പെടാൻ ദേവരാജൻ ശ്രമിച്ചിട്ട് സാധിക്കാതെ വന്നപ്പോൾ മൂന്നാറിലേക്ക് പോകാൻ തന്നെ തീരുമാനിച്ചു. വിജയനും രഹസ്യമായി ദേവരാജനോടൊപ്പം പോകാൻ തീരുമിനിച്ചു. പണ്ടത്തെ അവരുടെ സഹായികളായ ദീപനെയും ശരത്തിനെയും ഒപ്പം കൂട്ടി. അവർ ഇന്ന് എംഎൽഎ പദവിയിലുള്ളവരാണ്. അവരെല്ലാവരും ചേർന്ന് ചെയ്ത കുറ്റകൃത്യം വെളിച്ചത്ത് വരാതിരിക്കാൻ എല്ലാം അവസാനിപ്പിക്കാൻ ഒരുമിച്ച് തന്നെ ഇറങ്ങാം എന്ന് കരുതിയാണ് അവർ ഒന്നിച്ച് മൂന്നാറിലെ പഴയ വില്ലയിലേക്ക് യാത്ര തിരിച്ചത്.

സംഭവം നടന്നിട്ട് 15 വർഷങ്ങൾ കഴിഞ്ഞു. കൂട്ടത്തിൽ ഇപ്പോൾ ഇല്ലാത്തത് മോനിച്ചൻ മാത്രമാണ്. അവൻ കോളേജ് വിദ്യാഭ്യാസം പൂർത്തിയാക്കിയ ശേഷം ഗൾഫിലേക്ക് പറന്നു. അവനെ പറ്റി പിന്നെ ഒരു വിവരവുമില്ല.

സാന്ദ്രക്ക് ഈ കഥകളൊക്കെ എങ്ങനെ മനസ്സിലായെന്ന് എത്ര ആലോചിച്ചിട്ടും വിജയന് മനസ്സിലായില്ല. അവർ കൊലപ്പെടുത്തിയ പെണ്ണിന്റെ പേര് ലെച്ചു എന്നായിരുന്നോ എന്ന കാര്യം ഓർമ്മയുമില്ല. അഥവാ ആണെങ്കിൽ തന്നെ അവളുടെ പ്രേതം വന്ന് സാന്ദ്രയോട് ഇതൊക്ക പറഞ്ഞെന്ന് വിശ്വസിക്കാനും സാധിക്കുന്നില്ല.

എന്ത് തന്നെ ആയാലും അവൾ ഇനി ജീവനോടെ ഉണ്ടാകാൻ പാടില്ല. ആ തീരുമാനത്തോടെയാണ് അവർ മൂന്നാറിലേക്ക് പോകുന്നത്.

രാത്രിയോടെ അവർ മൂന്നാറിലെത്തി. അവർ ചെല്ലുമ്പോൾ വില്ലയുടെ വാതിൽ അടച്ചിരിക്കുകയായിരുന്നു. അവർ അടുത്തേക്ക് ചെന്നപ്പോൾ വാതിൽ പതിയെ തുറക്കപ്പെട്ടു. അകത്താരെയും കണ്ടതുമില്ല. അവർക്ക് ആശ്ചര്യം തോന്നി. നാലു പേരും വില്ലയിൽ പ്രവേശിച്ച് അവിടെ മുഴുവൻ സാന്ദ്രയെ തേടി. ഒരു മുറിയിൽ അടച്ചിട്ടിരിക്കുന്ന സാബുവിനെയും ശിവനെയും അവർ മോചിപ്പിച്ചു. സാബുവിന്റെയും ശിവന്റെയും മുഖത്തെ ഭയം കണ്ട് അവർ കാര്യം തിരക്കി. ഉണ്ടായ കാര്യങ്ങളെല്ലാം അവർ വിവരിച്ചു.

ഒരു മുറിയിൽ എന്തോ ശബ്ദം കേട്ട് എല്ലാവരും അങ്ങോട്ട് പോയി. ലെച്ചു ആത്മഹത്യ ചെയ്ത മുറിയായിരുന്നു അത്. അവിടെ മുടിയഴിച്ചിട്ടു രൗദ്ര ഭാവത്തിൽ നിൽക്കുന്ന സാന്ദ്രയെയാണ് അവർ കണ്ടത്. ദീപനും ശരത്തും ചേർന്ന് അവൾക്ക് നേരെ പാഞ്ഞടുത്തു. ഇരു കൈ കൊണ്ടും അവൾ അവരെ ശക്തിയായി പിന്നിലേക്ക് തള്ളി. അവർ തെറിച്ച് ദൂരെ പോയി വീഴുന്നത് കണ്ട വിജയനും ദേവരാജനും ഞെട്ടിപ്പോയി.

സാന്ദ്ര അവരെ നോക്കി ഉച്ചത്തിൽ അലറി. അവരുടെ ചെവി തകരുന്നത് പോലെ തോന്നി. സാന്ദ്രയിൽ എന്തോ അമാനുഷിക ശക്തി പ്രവർത്തിക്കുന്നുണ്ടെന്ന് അവർക്ക് ബോധ്യമായി. സാന്ദ്ര അവരെ നേരിട്ടു. സാന്ദ്രയെ കീഴ്പ്പെടുത്താൻ അവർ നോക്കിയ ശ്രമങ്ങളെല്ലാം പരാജപ്പെട്ടു. നാലു പേരെയും അവൾ മർദിച്ചു. അവളുടെ കരുത്തിനു മുന്നിൽ പിടിച്ച് നിൽക്കാൻ അവർക്കായില്ല. അതിക്രൂരമായി തന്നെ അവൾ അവരെ മർദിച്ചു അവശരാക്കി.

ഏതാനും നിമിഷങ്ങൾ കഴിഞ്ഞപ്പോൾ ബിജിപാൽ നിതിനുമായി അവിടെ എത്തി. വില്ലയിലേക്ക് പ്രവേശിച്ച അവർ കാണുന്നത് വിജയനും മറ്റുള്ളവരും കൊല്ലപ്പെട്ട നിലയിൽ കിടക്കുന്നതാണ്.

പെട്ടെന്ന് നിലവിളിച്ചു കൊണ്ട് ദേവരാജൻ ഓടിയെത്തി.

"അവൾക്ക് ഭ്രാന്താണ് അവൾ എല്ലാവരെയും കൊന്നു. ഷൂട്ട് ഹർ..." നിതിനോട് ഉച്ചത്തിൽ ദേവരാജൻ വിളിച്ചു പറഞ്ഞു.

ദേവരാജന്റെ പിന്നിലായി വളരെ ശാന്തയായി സാന്ദ്ര വന്ന് നിന്നു.

ദേവരാജൻ നിതിനെയും സാന്ദ്രയേയും മാറി മാറി നോക്കി.

പെട്ടെന്ന് നിതിനിൽ എന്തോ മാറ്റം സംഭവിക്കുന്നത് പോലെ ദേവരാജന് തോന്നി.

നിതിൻ തോക്കെടുത്തു.

സാന്ദ്രയെ വെടി വയ്ക്കാൻ ദേവരാജൻ വിളിച്ചു പറഞ്ഞു. നിതിൻ ദേവരാജന് നേരെ വെടിവയ്ച്ചു. ദേവരാജന്റെ നെഞ്ചിൽ ബുള്ളറ്റ് തറഞ്ഞു കയറി.

അടുത്ത നിമിഷം നിതിനിൽ നിന്നും എന്തോ ഒരു ഊർജ്ജം ഇറങ്ങി പോകുന്നത് പോലെ തോന്നി. ദേവരാജനെ വെടി വച്ച കാര്യം അപ്പോളാണ് നിതിൻ മനസ്സിലാക്കിയത്. ദേവരാജൻ നിലത്ത് വീണു പിടഞ്ഞു മരിക്കുന്നത് സാന്ദ്ര നോക്കി നിന്നു.

ദേവരാജൻ മരിച്ചു കഴിഞ്ഞപ്പോൾ സാന്ദ്ര നിലത്തേക്ക് കുഴഞ്ഞു വീണു. ബിജിപാലും നിതിനും ചേർന്ന് അവളെ പിടിച്ചെഴുന്നേല്പിച്ചു. അവിടെ നടന്നതെല്ലാം കണ്ട് അവൾ അറിയാതെ കരഞ്ഞു പോയി.

ഈ കേസ് അവസാനിപ്പിക്കണമെങ്കിൽ കൊല്ലപ്പെട്ട അച്ചനന്റെയും മകളുടെയും ബോഡി കണ്ടെത്തണം എന്ന് നിതിൻ പറഞ്ഞു.

അപ്പോഴാണ് ലെച്ചുവിന്റെ മറ്റ് രണ്ടു സ്വപ്നങ്ങളെ കുറിച്ച് സാന്ദ്രക്ക് ഓർമ്മ വന്നത്. ആ ഓർമ്മ വച്ച് അവൾ ഒരു സ്ഥലം

അവരോട് പറഞ്ഞു. ചെകുത്താന്മാർ ചേർന്ന് ഒരു കുഴി കുഴിക്കുന്നതും അവിടെ ആരെയോ കുഴിച്ചിടുന്നതുമൊക്കെ ആയിരുന്നു ആ സ്വപ്നത്തിൽ ലെച്ചു കണ്ടു എന്ന് പറഞ്ഞത്. അവിടുത്തെ പോലീസിന്റെ സഹായത്തോടെ നിതിൻ സാന്ദ്ര പറഞ്ഞ സ്ഥലത്തെത്തി. അവിടെ സംശയം തോന്നിയ ഭാഗം അവർ ആളെ വച്ച് കുഴിപ്പിച്ചു.

അവിടെ നിന്നും രണ്ട് അസ്ഥികൂടങ്ങൾ കണ്ടെത്താനായി. സാന്ദ്ര പറഞ്ഞത് സത്യമാണെന്ന് നിതിന് ബോധ്യമായി. നിലാവുള്ള ആ രാത്രിയിൽ ആ കുന്നിൻ ചരുവിൽ അകലെയായി സാന്ദ്ര ലെച്ചുവിനെ കണ്ടു.

എല്ലാവരുടെയും ശ്രദ്ധ അസ്ഥികൂടത്തിൽ ആയിരുന്നു. ആ സമയത്ത് സാന്ദ്ര ലച്ചുവിന്റെ അടുത്തേക്ക് ചെന്നു.

ലെച്ചുവിന്റെ അടുത്തെത്തി അവൾ പൊട്ടിക്കരഞ്ഞു.

"ലച്ചൂ..."

ലെച്ചുവിന്റെ മുഖത്ത് ഒരു സന്തോഷം നിറഞ്ഞിരിക്കുന്നത് സാന്ദ്ര ശ്രദ്ധിച്ചു. 15 വർഷങ്ങളായിട്ട് പകരം വീട്ടാൻ കാത്തിരുന്ന ശത്രുക്കളെ കൺമുന്നിൽ കൊണ്ട് കൊടുത്തതിന്റെ നന്ദിയോടെ ലെച്ചു സാന്ദ്രയെ നോക്കി പുഞ്ചിരിച്ചു.

"നിന്നെ ദ്രോഹിച്ചവരെ ശിക്ഷിക്കാൻ നിന്നെ സഹായിക്കാൻ കഴിഞ്ഞതിൽ എനിക്ക് സന്തോഷമുണ്ട്. പക്ഷേ നിന്റെ മരണത്തിന് കാരണക്കാരനായ മോനിച്ചനെ മാത്രം നിനക്ക് തരാൻ എനിക്ക് പറ്റിയില്ല."

അത് കേട്ടപ്പോൾ സാന്ദ്രയെ നോക്കി ലെച്ചു പറഞ്ഞു

"അയ്യാളെയാണ് ഞാൻ ആദ്യം ശിക്ഷിച്ചത് "

അസ്ഥികൂടം പുറത്തെടുത്ത ശേഷം നിതിനും ബിജിപാലും സാന്ദ്രയെ നോക്കിയപ്പോൾ അവിടെ കണ്ടില്ല.

അകലെ മാറി നിൽക്കുന്ന സാന്ദ്രയെ നോക്കി ബിജിപാൽ ഉറക്കെ വിളിച്ചു.

"സാന്ദ്ര എന്താ അവിടെ ഇങ്ങോട്ട് പോരൂ "

ബിജിപാലിന്റെ വിളി കേട്ട് അവൾ തിരിഞ്ഞു നോക്കി.

എന്നിട്ട് വീണ്ടും തിരിഞ്ഞ് ലെച്ചുവിനെ നോക്കിയപ്പോൾ അവളെ അവിടെ കണ്ടില്ല.

സാന്ദ്ര വേഗത്തിൽ ഓടി ബിജിപാലിന്റെ അടുത്തെത്തി.

"എനിക്ക് വേഗം വീട്ടിൽ പോണം"

എത്രയും പെട്ടെന്ന് വീട്ടിലെത്തണമെന്ന് അവൾ വാശി പിടിച്ചപ്പോൾ അവളെയും കൊണ്ട് നാട്ടിൽ പൊയ്ക്കൊള്ളാൻ നിതിൻ പറഞ്ഞു.

ബിജിപാൽ അവളെയും കൂട്ടി നാട്ടിലേക്ക് പോയി.

വീട്ടിലെത്തിയ ഉടനേ തന്നെ അവൾ ഓടിച്ചെന്നത് ആന്റോയുടെ മുറിയിലേയ്ക്കാണ്.

മേശ തുറന്ന് അവൾ ആന്റോയുടെ പാസ്പോർട്ട് പുറത്തെടുത്തു നോക്കി. പാസ്സ് പോർട്ടിൽ മോനിച്ചൻ എന്ന പേര് കണ്ട് അവൾ ഞെട്ടി.

തളർന്നു കിടക്കുന്ന ആന്റോയുടെ അടുത്തേക്ക് ആ പാസ്സ്പോർട്ട് വയ്ച്ച് അവൾ എല്ലാം മനസ്സിലാക്കിയ പോലെ ഇരുന്നു.

ലെച്ചുവിന്റെ കൊലപാതകത്തിന് കാരണക്കാരനായ അന്നത്തെ മോനിച്ചനാണ് ഇന്നത്തെ ആന്റോ എന്നറിഞ്ഞപ്പോൾ അവൾക്കത് സഹിക്കാൻ കഴിയുന്നതിലും അപ്പുറമായിരുന്നു.

കോളേജ് വിദ്യാഭ്യാസം പൂർത്തിയാക്കി ഗൾഫിലേക്ക് ചേക്കേറിയ മോനിച്ചൻ വർഷങ്ങൾക്ക് ശേഷം നാട്ടിലെത്തിയത് സിനിമ മോഹവുമായിട്ടായിരുന്നു. ആന്റോ ജോസഫ് എന്ന പുതിയ പേരിൽ മോനിച്ചൻ സിനിമയിൽ തിരക്കഥകൾ എഴുതാൻ തുടങ്ങി. അങ്ങനെയാണ് ഒരു സിനിമയുടെ പൂജയ്ക്ക് വയ്ച്ച് സാന്ദ്രയെ പരിചയപ്പെടുന്നതും അത് പിന്നെ ഇഷ്ടമായി മാറുന്നതും

അവർ ഒരുമിച്ച് ജീവിക്കാൻ തീരുമാനിക്കുന്നതും.

ആന്റോ എന്ന പുതിയ തിരക്കഥാകൃത്തിനു പിന്നിൽ മോനിച്ചനെന്ന പഴയ രാഷ്ട്രീയക്കാരനുള്ളതായി അവളൊരിക്കലും അറിഞ്ഞിരുന്നുന്നില്ല.

മന്ത്രി വിജയൻറെ അമ്മാവന്റേതായിരുന്നു മൂന്നാറിലെ ആ വില്ല. അമ്മാവൻ പിന്നീട് അത് മറ്റാർക്കോ വിറ്റു. പണ്ടേ മോനിച്ചന് ആ വില്ല നോട്ടം ഉണ്ടായിരുന്നു. അത് വാങ്ങാനെത്തിയ മോനിച്ചനെ ലെച്ചുവിന്റെ ആത്മാവ് തിരിച്ചറിഞ്ഞു. വില്ലയിൽ വന്ന രാത്രി തിരിച്ച് വീട്ടിലേയ്ക്ക് പോകും വഴി മോനിച്ചനെന്ന ആന്റോയെ അപകടപ്പെടുത്തിയത് അവളുടെ ആത്മാവായിരുന്നു.

ഒരു പെൺകുട്ടിയുടെ ജീവിതം നശിപ്പിച്ച് അവളെ ഇല്ലായ്മ ചെയ്ത മോനിച്ചന് കിട്ടാവുന്ന ഏറ്റവും വലിയ ശിക്ഷ ഇത് തന്നെയാണെന്ന് സാന്ദ്രക്ക് തോന്നി. ഇനി ഒരിക്കലും അവനെ സ്നേഹിക്കില്ല എന്നവൾ തീരുമാനിച്ചു.

എല്ലാ ബന്ധങ്ങളും അവസാനിപ്പിച്ച് അവൾ തനിക്ക് വേണ്ടപ്പെട്ടവരുടെ അടുത്തേക്ക് മടങ്ങി പോയി.

കാലം അവളിൽ പിന്നീട് വലിയ മാറ്റങ്ങൾ വരുത്തി. തടസ്സങ്ങൾ മാറി ബിജിപാലിന്റെ സിനിമ വീണ്ടും തീയേറ്ററുകളിൽ നിറഞ്ഞോടാൻ തുടങ്ങി.

സാന്ദ്ര എന്ന പുതിയ തിരക്കഥാകൃത്തിനെ മലയാള സിനിമ ഇരു കൈയും നീട്ടി സ്വീകരിച്ചു. അവളിപ്പോൾ തന്റെ പുതിയ കഥ എഴുതാനുള്ള ശ്രമത്തിലാണ്.

ആ വാർത്ത അറിയുമ്പോൾ പലരുടെയും നെഞ്ചിൽ തീ പാറുന്നുണ്ടാകും. ഇനി ആരുടെ മുഖം മൂടിയാണ് അഴിയാൻ പോകുന്നത് എന്നോർത്ത്.!!

2

സോഷ്യൽ വർക്കറും ഫെമിനിസ്റ്റുമായ അഹന്നയെ കാണാനില്ലെന്ന പരാതിയുമായി പിതാവ് സാമുവൽ പോലീസ് സ്റ്റേഷനിൽ എത്തി.

തലേന്ന് രാത്രി കാറുമെടുത്തു പുറത്ത് പോയ മകൾ ഒരു ദിവസം കഴിഞ്ഞിട്ടും മടങ്ങി എത്തിയില്ലെന്നും ഫോണിൽ ബന്ധപ്പെടാൻ ശ്രമിച്ചിട്ട് കിട്ടുന്നില്ലെന്നും സാമുവൽ സി.ഐ.ഐസക്കിനോട് പറഞ്ഞു.

അഹന്നയെ പറ്റിയുള്ള കൂടുതൽ വിവരങ്ങൾ ഐസക് ചോദിച്ചറിഞ്ഞു.

സാമുവലിന്റെ ഏക മകളാണ് അഹന്ന സാമുവൽ. ഈശ്വരവിശ്വാസിയും സാമൂഹിക പ്രവർത്തകയും ഒപ്പം സൈക്കോളജിയിൽ ബിരുദവും നേടിയിടിയുണ്ട് അവൾ. പള്ളിയിൽ കൃത്യമായി പോകുന്ന അഹന്നക്ക് ഫാദർ ജോൺ പൂത്തേടത്തിൽ ആണ് മാർഗ്ഗദർശി.

കഷ്ടത അനുഭവിക്കുന്നവർക്കും രോഗികൾക്കും സഹായ ഹസ്തം നൽകാൻ അവളെ ആദ്യമായി പ്രോത്സാഹിപ്പിച്ചത് അദ്ദേഹമാണ്.

ഫാദറിന്റെ വാക്കുകളിൽ നിന്നും പ്രചോദനം ഉൾക്കൊണ്ടു കൊണ്ട് തന്റെ ജീവിതം പാവപ്പെട്ടവർക്കും കഷ്ടത അനുഭവിക്കുന്നവർക്കും വേണ്ടി ഉള്ളതാണെന്ന് അഹന്ന ഉറപ്പിച്ചു.

സമൂഹ മാധ്യമങ്ങളിലൂടെയും മറ്റ് സൗഹൃദ കൂട്ടായ്മകളിലൂടെയും വലിയൊരു ചാരിറ്റി പ്രവർത്തനം ആണ് അവൾ നടത്തിക്കൊണ്ടിരിക്കുന്നത്.

രാത്രിയും പകലുമില്ലാതെ അവൾ മറ്റുള്ളവർക്ക് വേണ്ടി നെട്ടോട്ടം ഓടുകയായിരുന്നു.

ദൂരെ എവിടെ എങ്കിലും പോയാൽ അവൾ സാമുവലിനെ വിവരം അറിയിക്കാറുണ്ട്. പക്ഷെ ഇത്തവണ യാതൊരു വിവരവും ഇല്ലാത്തതിനാൽ എന്തോ ഒരു ഭയം തോന്നി.

ഒരുപാട് ശത്രുക്കളുണ്ട് പുറത്ത് അവൾക്ക്. അവളെ പോലെ സമൂഹിക സേവനം ചെയ്യുന്ന ഏതൊരാൾക്കും ശത്രുക്കൾക്ക് പഞ്ഞം കാണില്ലല്ലോ.!!

ആരെങ്കിലും അവളെ അപായപ്പെടുത്തിയേക്കുമോ എന്ന ഭയം കൊണ്ടാണ് സാമുവൽ പോലീസിൽ പരാതിപ്പെട്ടത്.

"എപ്പോഴാണ് അഹന്നയെ അവസാനമായി കണ്ടത്"? സി.ഐ.ഐസക് തിരക്കി.

"ഇന്നലെ രാത്രി 10:30 കഴിഞ്ഞു കാണും. ഒരു സുഹൃത്തിന്റെ മകളുടെ വിവാഹ പാർട്ടി കഴിഞ്ഞു മടങ്ങുന്ന വഴിക്ക് വീടിന് സമീപത്തെത്തിയപ്പോൾ കാർ പണിമുടക്കി. പറത്തിറങ്ങി പരിശോധിച്ച് കൊണ്ട് നിന്നപ്പോൾ മകൾ കാറിൽ വേഗത്തിൽ പോകുന്നത് കണ്ടു. ഞാൻ കൈകാട്ടി വിളിച്ചിട്ട് അവൾ ശ്രദ്ധിക്കാതെ വേഗത്തിൽ കാറോടിച്ച് പോയി. എന്തോ അത്യാവശ്യം കാണും എന്ന് എനിക്ക് മനസ്സിലായി. പക്ഷേ ഇത്രയും സമയം കഴിഞ്ഞിട്ടും അവളുടെ യാതൊരു വിവരവും ഇല്ലാത്തപ്പോൾ എന്തോ ഒരു പേടി തോന്നുന്നു."

സാമുവലിന്റെ കയ്യിൽ നിന്നും ഐസക്ക് പരാതി എഴുതി വാങ്ങി. അന്വേഷിക്കാം എന്നും ഉടൻതന്നെ മകളെ കണ്ടെത്തി കൊടുക്കാമെന്നും ഉറപ്പുനൽകി അദ്ദേഹത്തെ പറഞ്ഞയച്ചു.

അഹന്ന പോകാൻ സാധ്യത ഉള്ള സ്ഥലങ്ങളിലെല്ലാം പോലീസുകാർ അന്വേഷണം നടത്തി. എന്നാൽ സംഭവ

ദിവസം രാത്രിയിൽ ആരും അവളെ കണ്ടതായി പറഞ്ഞില്ല. 6 മണിക്ക് ശേഷം അവൾ ആരെയും ഫോണിൽ ബന്ധപ്പെട്ടിട്ടും ഇല്ല.

അഹന്നയെ കാണാനില്ല എന്ന വാർത്ത പുറംലോകം അറിഞ്ഞു. സോഷ്യൽ മീഡിയയിൽ എല്ലാം തന്നെ അത് വലിയ വാർത്തയായി.

എന്നാൽ അതോടൊപ്പം തന്നെ കാട്ടുതീപോലെ ഞെട്ടിക്കുന്ന മറ്റൊരു വാർത്തയും പടർന്നു.

ചാരിറ്റിയുടെ മറവിൽ പലരിൽ നിന്നും ശേഖരിച്ച പണവും ആയിട്ടു ആണ് അവൾ മുങ്ങിയതെന്ന് സോഷ്യൽ മീഡിയയിൽ പല അഭ്യൂഹങ്ങളും ഉണ്ടായി.

ചിലർക്ക് അത് ശരിവെച്ചു എങ്കിലും മറ്റു ചിലർ അതിനെ എതിർത്തു. അഹന്ന ഒരിക്കലും അങ്ങനെ ചെയ്യില്ല എന്നാണ് അവളെ അറിയുന്നവർ എല്ലാവരും അവളെ പറഞ്ഞത്.

ഈ വാർത്ത സി ഐ ഐസക്കിന്റെ ചെവിയിലുമെത്തി. അത് സത്യമാണോ എന്ന് അറിയാൻ അദ്ദേഹം ഒരു അന്വേഷണം നടത്തി. സാമുവലിനോട് പണത്തെ പറ്റി ചോദിച്ചപ്പോൾ അദ്ദേഹത്തിന് ഒന്നും അറിയില്ല എന്നാണ് പറഞ്ഞത്.

അവളുടെ പണമിടപാടുകൾ ഒന്നും അവൾ താനുമായി അവൾ പങ്കു വയ്ക്കാറില്ല. അതിന് അവൾക്ക് ഒരു ടീം ഉണ്ട് അവരുമായി ആണ് പണത്തിന്റെ ഇടപാടുകളെല്ലാം ഉള്ളത് എന്ന് സാമുവൽ ഐസക്കിനോട് പറഞ്ഞു.

ചാരിറ്റി മായി ബന്ധപ്പെട്ട അഹന്നയോടൊപ്പം പ്രവർത്തിക്കുന്നവരിൽ തനിക്ക് അറിയാവുന്ന അവരുടെ പേര് വിവരങ്ങൾ സാമുവൽ ഐസക്കിന് നൽകി.

സാമുവൽ നൽകിയ വിവരങ്ങളുടെ അടിസ്ഥാനത്തിൽ ഐസക്ക് അന്വേഷണം നടത്തി. പിരിഞ്ഞ് കിട്ടുന്ന പണമെല്ലാം അഹന്നയുടെ അക്കൗണ്ടിലേക്കാണ്

വന്നുചേരുന്നത് എന്ന് അന്വേഷണത്തിൽ നിന്നും മനസ്സിലാക്കാൻ സാധിച്ചു.

അഹന്നയെ കാണാതാകുന്നതിന് തൊട്ടടുത്ത ദിവസം രണ്ടു കുട്ടികളുടെ ഓപ്പറേഷൻ തീയതി ആയിരുന്നു. ബാങ്കിൽ നിന്നും അവൾ തലേദിവസം പണം വിഡ്രോ ചെയ്തിരുന്നു.

ബാങ്ക് അക്കൗണ്ട് വഴി അല്ലാതെ നേരിട്ടും പണം ലഭിക്കുമായിരുന്നു. അഹന്നയെ നേരിട്ട് അറിയാവുന്നവർ പണം കയ്യിലാണ് ഏൽപ്പിച്ചിരുന്നത്. അതിന് അവൾ റെസീപ്റ്റും നൽകിയിരുന്നു. പിരിഞ്ഞുകിട്ടിയ ഏതാണ്ട് 25 ലക്ഷത്തോളം രൂപ അഹന്നയുടെ കയ്യിൽ ഉണ്ടായിരുന്നതായി ഐസക് അന്വേഷണത്തിൽ നിന്നും മനസ്സിലാക്കി.

അന്നേദിവസം മറ്റൊരു വാർത്ത കൂടി ഐസക്കിനെ തേടി എത്തി. ഒറ്റപ്പെട്ട ഒരു സ്ഥലത്ത് ഒരു കാർ അപകടത്തിൽപ്പെട്ട നിലയിൽ കണ്ടതായി ആരോ പോലീസിൽ വിവരമറിയിച്ചു.

ഐസക്കും സഹപ്രവർത്തകരും സംഭവ സ്ഥലത്ത് എത്തി കാർ പരിശോധിച്ചു. ഒരു മരത്തിലിടിച്ച നിലയിലാണ് കാർ കാണപ്പെട്ടത്. ഇടത് വശത്തെ ഡോർ തുറന്ന് ആണ് കിടന്നിരുന്നത്.

കാറിന്റെ നമ്പർ പരിശോധിച്ചതിൽ നിന്നും ആ കാർ അഹന്നയുടേതാണെന്ന് മനസ്സിലായി.

എന്നാൽ കാറിൽ ആരും തന്നെ ഉണ്ടായിരുന്നില്ല. പോലീസുകൾ സംഭവ സ്ഥലം മുഴുവൻ അരിച്ചു പെറുക്കി. എന്നാൽ അവർക്ക് ഒന്നും കണ്ടെത്താൻ കഴിഞ്ഞില്ല. കാർ അപകട പെട്ടത് ആണെങ്കിൽ അഹന്ന പിന്നെ എങ്ങോട്ട് പോയി. ഒരു പക്ഷേ ആരെങ്കിലും അവളെ അപകടപ്പെടുത്തിയിട്ടുണ്ടാകുമോ?

അങ്ങനെയാണെങ്കിൽ അവർ പണവുമായി കടന്നുകളയാൻ അല്ലേ ശ്രമിക്കുകയുള്ളൂ. അഹന്ന മിസ്സിംഗ് ആണ്. പക്ഷേ അവളെ ആരെങ്കിലും തട്ടിക്കൊണ്ട്

പോയെങ്കിൽ ഇതിനോടകം തന്നെ അവരുടെ കാൾ വരേണ്ടതാണ്. പക്ഷേ തട്ടിക്കൊണ്ടുപോയവന്റെ ഉദ്ദേശം എന്താണ് എന്ന് പറയാനും സാധിക്കില്ല.

ഐസക് ആശയക്കുഴപ്പത്തിലായി. വീട്ടിൽ നിന്നും അന്ന് രാത്രി കാറുമായി അഹന്ന പോകുന്നത് അച്ഛൻ കണ്ടു എന്നാണ് പരാതിയിൽ പറഞ്ഞിരിക്കുന്നത്. അപ്പോൾ വീട്ടിൽ നിന്നും അവളെ ആരും കടത്തിക്കൊണ്ട് പോയതല്ല. അന്ന് രാത്രി എന്തോ ലക്ഷ്യവുമായി അവൾ വീട്ടിൽ നിന്നും ഇറങ്ങിയിട്ടുണ്ട്. അവൾക്ക് എന്താണ് സംഭവിച്ചത് എന്ന് അറിയണമെങ്കിൽ അവൾ അന്ന് എവിടെയാണ് പോയത് എന്ന് അറിയണം. എന്തായിരുന്നു അന്നു രാത്രിയിലെ അവളുടെ അത്യാവശ്യം. അത് എത്രയും പെട്ടെന്ന് കണ്ടെത്തിയേ മതിയാകൂ.

ഫോറൻസിക്കുകാർ കാറിൽ പരിശോധന നടത്തി. എന്നാൽ മറ്റൊരാളുടേതായി ഒരു ഫിംഗർ പ്രിന്റോ വിയർപ്പു തുള്ളിയോ പോലും കണ്ടെത്താൻ സാധിച്ചില്ല.

ഫോറൻസികിന്റെ സഹായത്തോടെ ഐസക് അഹന്നയുടെ വീട്ടിലും പരിശോധന നടത്തി. അവർ അവളുടെ മുറി വിശദമായി പരിശോധിച്ചു. മുറിയിൽ മറ്റൊരാൾ പ്രവേശിച്ചതിന്റെ യാതൊരു ലക്ഷണങ്ങളും ഉണ്ടായിരുന്നില്ല. അവിടെ നിന്നും മറ്റൊരു വ്യക്തിയുടെ വിരലടയാളങ്ങളും അവർക്ക് കിട്ടിയില്ല. പരിശോധനയ്ക്ക് വേണ്ടി അവിടെ നിന്നും ശേഖരിക്കാവുന്നതൊക്കെ അവർ ശേഖരിച്ചു.

"അന്ന് രാത്രി നിങ്ങൾ വീട്ടിൽ വരുമ്പോൾ എന്തായിരുന്നു ഇവിടത്തെ അവസ്ഥ" സാമുവലിനോട് ഐസക് ചോദിച്ചു.

"മുന്നിലത്തെ ഡോർ അകത്തു നിന്നും അടച്ചിട്ടിരിക്കുകയായിരുന്നു. പിറകിലത്തെ ഡോർ തുറന്നാണ്

കിടന്നത്. കാർ കിടക്കുന്നത് പിറകിൽ ആയതിനാൽ കാർ എടുത്തു പെട്ടെന്ന് പോകാനുള്ള സൗകര്യത്തിന് വേണ്ടിയാകും അവൾ അങ്ങനെ ചെയ്തത്"

"എന്തായിരുന്നിരിക്കണം ഇത്ര വലിയ അത്യാവശ്യം. ദിവസം രണ്ടു പേരുടെ ഓപ്പറേഷൻ ഉണ്ട് എന്നതൊഴിച്ച് കഴിഞ്ഞാൽ പിന്നെ അത്ര വലിയ അത്യാവശ്യങ്ങൾ ഉള്ളതായി അഹന്നയുമായി ബന്ധമുള്ള ആരും തന്നെ പറഞ്ഞതുമില്ല.

ഐസക്കിന്റെ മനസ്സിൽ സംശയങ്ങൾ മുളയിട്ടു. പിന്നിലത്തെ ഡോർ അടക്കാൻ പോലും ഉള്ള സമയം കിട്ടാത്ത അത്രയും തന്നെ തിരക്കിലായിരുന്നു അവൾ. അതെന്താണെന്ന് കണ്ടെത്തിയാൽ മാത്രമേ അവൾക്ക് എന്ത് സംഭവിച്ചു എന്ന് അറിയാൻ സാധിക്കുകയുള്ളൂ. എല്ലാവരും പറയുന്നതു പോലെ പണവുമായി അവൾ കടന്നു കളയാൻ ഉള്ള ശ്രമം ആയിരുന്നു എങ്കിൽ അങ്ങനെ ഒരു അപകടം ഉണ്ടാക്കി കാർ അവിടെ ഉപേക്ഷിക്കേണ്ടതിന്റെ ആവശ്യകത ഉണ്ടോ..?!!

അങ്ങനെ കാർ ഉപേക്ഷിച്ചത് കൊണ്ട് എന്താണ് പ്രയോജനം. പോലീസിനെ കൺഫ്യൂസ് ചെയ്യിപ്പിക്കാൻ വേണ്ടി ചെയ്തത് ആകുമോ?

അങ്ങനെയാണെങ്കിൽ കാർ അവിടെ ഉപേക്ഷിച്ച ശേഷം മറ്റൊരാളോടൊപ്പം ആയിരിക്കണം അവിടെനിന്നും പോയിയിട്ടുണ്ടാവുക.ആരായിരിക്കും അയാൾ എങ്ങോട്ട് ആയിരിക്കും അവർ പോയത്. പക്ഷേ ഇതൊക്കെ വെറും സംശയങ്ങൾ മാത്രമാണ്. ഒന്നിനും തെളിവില്ല. പല രീതിയിലും ചിന്തിക്കാം. രാത്രിയിൽ അത്യാവശ്യത്തിന് പണവുമായി പോകുന്ന അഹന്നയെ വഴിയിൽ വെച്ച് ആരെങ്കിലും അപകടപ്പെടുത്തിയിട്ടുണ്ടാകണം. എന്നിട്ട്

പണവുമായി അവർ കടന്നുകളഞ്ഞു കാണും. പക്ഷേ അഹന്ന എവിടെപ്പോയി...? പണം തട്ടിയെടുക്കുന്നതിനിടയിൽ ഒരുപക്ഷേ അയാൾക്ക് അവളെ കൊലപ്പെടുത്തേണ്ടി വന്നു കാണുമോ. പിടിക്കപ്പെടുമെന്ന് സംശയിച്ച് അയ്യാൾ അവളുടെ ബോഡി മറ്റെവിടേക്കെങ്കിലും മാറ്റിയതായിക്കൂടെ. അവളുടെ കയ്യിൽ പണം ഉണ്ടെന്ന് അറിയാവുന്ന ഒരാൾ..

ആ സമയത്ത് അവൾ പണവുമായി കാറിൽ അതുവഴി പോകും എന്ന് ഉറപ്പുള്ള ഒരാൾ,അങ്ങനെ ഒരാളാകാം ഇതിന് പിന്നിൽ. ആർക്കൊക്കെ അവളുമായി ബന്ധമുണ്ട് എന്നത് കൃത്യമായി കണ്ടെത്തിയെ മതിയാകൂ.

ഒരാളിൽ നിന്നും മറ്റൊരാളിലേക്ക് അയാളിൽ നിന്നും മറ്റൊരാളിലേക്ക് അങ്ങനെ ഒരു ചങ്ങലപോലെ അന്വേഷണം മുന്നോട്ട് പോയി. എന്നിട്ടും കേസിന് വേണ്ട ഒരു തുമ്പും കിട്ടിയില്ല. രാത്രിയിൽ അത്യാവശ്യ കാര്യം പറഞ്ഞ് ആരും അവളെ വിളിച്ചിട്ടുണ്ടായിരുന്നില്ല.

"അഹന്നക്ക് ആരോടെങ്കിലും അടുപ്പം ഉള്ളതായി അറിയമോ. ഐ മീൻ ലവ്" അവളുടെ ആത്മാർത്ഥ സുഹൃത്തായ സ്റ്റെല്ലയോട് ഐസക്ക് തിരക്കി.

"അവൾക്ക് അങ്ങനെ ആരുമായും അടുപ്പം ഉണ്ടായിരുന്നില്ല. അങ്ങനെയൊരു ജീവിതത്തെക്കുറിച്ച് അവൾ ചിന്തിച്ചിട്ട് കൂടി ഉണ്ടായിരുന്നില്ല. എല്ലാ കാര്യങ്ങളും അവൾ എന്നോടാണ് തുറന്ന് പറഞ്ഞിരുന്നത്. അവൾക്ക് എന്തോ അപകടം സംഭവിച്ചിട്ടുണ്ട്. പണവുമായി ഒരിക്കലും അവൾ കടന്നു കളയില്ല. അങ്ങനെ ചെയ്യണം എങ്കിൽ ഇത് എന്നേ ആകാമായിരുന്നു. ഞാൻ കണ്ടിട്ടുള്ളതിൽ വെച്ച് പണത്തിനോട് ഒട്ടും ആർത്തി ഇല്ലാത്ത ഒരേ ഒരാൾ അവൾ മാത്രമാണ്."

ഫോറൻസികിൽ നിന്നും പരിശോധനയുടെ റിസൾട്ട് വന്നു. അഹന്നയുടെ മുറിയിലെ രണ്ട് ചീർപ്പുകളിൽ ഒന്നിൽ നിന്നും കിട്ടിയ തലമുടി ഒരു മനുഷ്യന്റേത് അല്ല. ആർട്ടിഫിഷ്യൽ ഹെയർ ആയിരുന്നു അത് അതായത് ഒരു വിഗ്ഗ്.

"അഹന്ന വിഗ്ഗ് ഉപയോഗിക്കാറുണ്ടോ "ഐസക് സാമുവലിനോട് തിരക്കി.

"മോൾ ക്യാൻസർ രോഗികൾക്ക് മുടി മുറിച്ച് നൽകാറുണ്ടായിരുന്നു. അങ്ങനെയുള്ള സാഹചര്യങ്ങളിൽ പുറത്തു പോകുമ്പോൾ അവൾ വിഗ്ഗ് വയ്ക്കാറുണ്ടായിരുന്നു." സാമുവൽ പറഞ്ഞു.

"ഇപ്പോൾ അവൾ മുടി മുറിച്ചിട്ടുണ്ടായിരുന്നോ"?

"ഇല്ല ഇപ്പോൾ നല്ല മുടി ഉണ്ടായിരുന്നു"

അത് കേട്ടപ്പോൾ ഐസക്കിന് സംശയം കൂടി. കാരണം മുറിയിൽ വിഗ്ഗ് ഉണ്ടായിരുന്നില്ല. എന്താണ് സംഭവിച്ചതെന്ന് ഒരു എത്തും പിടിയും കിട്ടുന്നില്ല. അവൾ ജീവിച്ചിരിപ്പുണ്ടോ മരിച്ചോ എന്നുപോലും അറിയില്ല.

അന്വേഷണം മുന്നോട്ടു പോയെങ്കിലും ഒന്നും തന്നെ കണ്ടെത്താൻ പൊലീസിന് കഴിഞ്ഞില്ല. ഒരു പക്ഷേ അവൾ മരിച്ചു എങ്കിൽ ബോഡി കിട്ടിയാൽ മാത്രമേ ഇനിയുള്ള അന്വേഷണം മുന്നോട്ടു കൊണ്ടുപോകാൻ സാധിക്കുള്ളൂ.

ഒരു മാസം കഴിഞ്ഞു. പക്ഷേ കേസിന് യാതൊരു പുരോഗമനവും ഉണ്ടായില്ല. മകൾ ജീവിച്ചിരിപ്പുണ്ടോ മരണപ്പെട്ടോ എന്നുപോലും അറിയാതെ സാമുവൽ വിഷമിച്ചു. ചാരിറ്റിക്കായി പണം നൽകിയവർ പലരും മോശമായി അദ്ദേഹത്തോട് പെരുമാറാൻ തുടങ്ങി.

അപ്പനും മകളും തമ്മിലുള്ള ഒത്തുകളി ആണിത് എന്നുവരെ ചിലർ പറഞ്ഞു പരത്തി. പലരും അവർ നൽകിയ പണം

തിരികെ ചോദിച്ചു. ഇതിലൊന്നും തനിക്ക് യാതൊരു പങ്കുമില്ലെന്നും അത്രയും വലിയ തുക തന്റെ കയ്യിൽ ഇല്ലെന്നും ആയിരുന്നു സാമുവലിന്റെ വാദം. ദിവസം ചെല്ലുന്തോറും വിഷയം വഷളായി കൊണ്ടിരുന്നു.

അങ്ങനെയിരിക്കെ ഒരു ദിവസം അകലെയുള്ള ഒരു ഒറ്റപ്പെട്ട പ്രദേശത്തെ റബ്ബർ തോട്ടത്തിൽ പുതിയ തൈകൾ നടുന്നതിനുള്ള കുഴിയെടുക്കുകയായിരുന്നു. അവിടെ നിന്നും കത്തിക്കരിഞ്ഞ നിലയിൽ ഒരു അസ്ഥികൂടം കണ്ടെത്തി. ജോലിക്കാർ ഉടൻ തന്നെ വിവരം മുതലാളിയെ അറിയിച്ചു. മുതലാളി വർക്കച്ചൻ സ്ഥലത്തെത്തി അസ്ഥിക്കൂടം കണ്ട ശേഷം പോലീസിനെ വിവരം അറിയിച്ചു.

ഐസക്കും കോൺസ്റ്റബിൾസും ഫോറൻസിക്കും സ്ഥലത്തെത്തി അസ്ഥികൂടം പരിശോധിച്ചു. അതൊരു പെൺകുട്ടിയുടേത് ആയിരുന്നു. മണ്ണെണ്ണ ഒഴിച്ച് കത്തിച്ച നിലയിലായിരുന്നു അത് കാണപ്പെട്ടത്. കുഴിയിൽ നിന്നും പകുതി കത്തിയ അവസ്ഥയിൽ ഒരു പ്രത്യേക തരം കൊന്ത കണ്ടു കിട്ടി.

ഡിഎൻഎ ടെസ്റ്റ് നടത്തിയപ്പോൾ അത് കാണാതായ അഹന്നയുടെ അസ്ഥികൂടം ആണെന്ന് തെളിഞ്ഞു. അഹന്ന കൊല്ലപ്പെട്ടു എന്ന സത്യം ഞെട്ടലോടെ സാമുവൽ അറിഞ്ഞു. അയ്യാളുടെ ഹൃദയം തകർന്നു പോയി.ഒരു കൊച്ചു കുട്ടിയെ പോലെ അയ്യാൾ പൊട്ടിക്കരഞ്ഞു.

അഹന്ന കൊല്ലപ്പെട്ട വിവരം മാധ്യമങ്ങൾ പുറത്തുവിട്ടു. അത് വരെ പരിഹസിച്ചവർ നിശബ്ദരായി. പണം കൈക്കലാക്കാൻ വേണ്ടി ആരോ അവളെ കൊലപ്പെടുത്തി എന്നാണ് വാർത്തകൾ വന്നത്. ഏറെക്കുറെ അത് ശെരി ആവണം.

കൂടുതൽ അന്വേക്ഷണത്തിനായി ഐസക് സാമുവലിനെ വീട്ടിൽ പോയി കണ്ടു.

കുഴിയിൽ നിന്ന് കിട്ടിയ കൊന്തയുടെ ഫോട്ടോസ് മൊബൈലിൽ കാണിച്ചു കൊണ്ട് "ഇത് പോലെ ഒന്ന് ഇതിന് മുൻപ് എവിടെയെങ്കിലും കണ്ടിട്ടുണ്ടോ" എന്ന് ചോദിച്ചു.

സൂക്ഷിച്ച് നോക്കിയ ശേഷം "ഇത് അച്ചന്മാർ ആണ് കൂടുതലായും ധരിക്കുന്നത്. ഫാദർ ജോൺ പൂത്തേടത്തിലിനോട് ചോദിച്ചാൽ കൂടുതൽ കാര്യങ്ങൾ അറിയാൻ പറ്റും.അദ്ദേഹവും ഇത് പോലെ ഒന്ന് ധരിക്കാറുണ്ട്" എന്നും സാമുവൽ പറഞ്ഞു.

ഒട്ടും വൈകാതെ തന്നെ ഐസക് ഫാദറിനെ കാണാൻ പോയി. പള്ളിയിലെത്തി ഫാദറുമായി ഐസക് സംസാരിച്ചു.

"ഫാദറിന്റെ കൊന്ത ഇതിന് മുൻപ് എവിടെയെങ്കിലും നഷ്ട്ടപ്പെട്ടിട്ടുണ്ടോ"? സംശയത്തോടേ ഉള്ള ചോദ്യം.

"ഇല്ല" കഴുത്തിൽ കിടക്കുന്ന കൊന്ത കൈകൊണ്ട് തൊട്ട് കൊണ്ട് അച്ചരൻ പറഞ്ഞു.

ഫാദറിന്റെ കഴുത്തിലെ കൊന്തയുടേത് പോലെ ഉള്ള മറ്റൊരു കൊന്തയുടെ ചിത്രം മൊബൈലിൽ കാണിച്ചപ്പോൾ ഫാദറിന്റെ മുഖത്ത് എന്തെങ്കിലും ഭവ വ്യത്യാസം ഉണ്ടാകുന്നുണ്ടോ എന്ന് ഐസക് ശ്രദ്ധിച്ചു. പക്ഷെ പ്രത്യേകിച്ച് ഒരു ഭാവമാറ്റവും ഉണ്ടായില്ല.

"ഫാദർ ഇത് കൊല്ലപ്പെട്ട അഹന്നയുടെ അസ്ഥികൂടം കിടന്നിരുന്ന കുഴിയിൽ നിന്ന് കിട്ടിയതാണ്. ആരെങ്കിലും ഇത് ഉപയോഗിച്ചിരുന്നതായി ഫാദറിന്റെ ശ്രദ്ധയിൽ പെട്ടിട്ടുണ്ടോ"

ഫാദർ കൊന്തയുടെ ചിത്രം സൂക്ഷിച്ച് നോക്കി.

"ഇല്ല. ഇതൊരു പാഷൻ ആയിട്ട് ധരിക്കുന്നവരും ഉണ്ട്. ചെറുപ്പക്കാർ വരെ ധരിക്കാറുണ്ട്.

സംഭാഷണത്തിന് ഇടയിൽ ഫാദറിന്റെ ഇടതുകൈയിലെ പൊള്ളലേറ്റ പാട് ഐസക്ക് ശ്രദ്ധിക്കുന്നു.

"കൈക്ക് എന്ത് പറ്റിയതാ"

"കൈതട്ടി മെഴുകുതിരി കൈയിലേക്ക് വീണതാണ്. ചെറുതായൊന്ന് പൊള്ളി" അത് പറയുമ്പോൾ ഉള്ള അച്ചരന്റെ മുഖത്തെ ഭാവ വ്യത്യാസങ്ങൾ ഐസക്ക് ശ്രദ്ധിച്ചു. അച്ചരന്റെ മുഖത്ത് ഒരു പരുങ്ങൽ ഉണ്ടായിരുന്നു. അത് ഐസക്കിൽ സംശയം ഉളവാക്കി.

ഫാദറിന് സഞ്ചരിക്കാൻ ഉണ്ടായിരുന്നത് ഒരു ബൈക്ക് മാത്രമാണ്. അഹന്നയുടെ കൊലയാളിക്ക് ഒരിക്കലും ബൈക്കിൽ വന്ന് അവളെ കൊലപ്പെടുത്തിയ ശേഷം ആ ബോഡി മറ്റൊരിടത്ത് കൊണ്ട് പോയി നശിപ്പിക്കുവാൻ കഴിയില്ല. അതിന് അയാൾ ഒരു കാർ ആയിരിക്കണം ഉപയോഗിച്ചിരുന്നത്. അഹന്നയെ അപകടപ്പെടുത്തിയ ശേഷം ബോഡി കാറിൽ കയറ്റി അയ്യാൾ മറ്റൊരിടത്തേക്ക് കൊണ്ടുപോയതാവണം.

ചെറിയൊരു സംശയം മനസ്സിൽ തോന്നിയത് കൊണ്ട് തന്നെ ഐസക്ക് പള്ളിയുടെ സമീപത്തുള്ള ടാക്സി സ്റ്റാൻഡിലും ആട്ടോ സ്റ്റാൻഡിലും ചെന്ന് ഒരു അന്വേഷണം നടത്തി. ഫാദർ സംഭവ ദിവസം രാത്രിയിൽ ഏതെങ്കിലും വാഹനത്തിൽ യാത്ര ചെയ്തിരുന്നോ എന്ന് അറിയാനുള്ള അന്വേഷണമായിരുന്നു അത്. ആ അന്വേഷണം വെറുതെ ആയില്ല.

അന്ന് രാത്രി ഫാദർ തന്റെ ആട്ടോയിൽ കയറിയതായും അഹന്നയുടെ വീടിന് സമീപത്ത് ഫാദർ ഇറങ്ങിയതായും ഒരു ഓട്ടോക്കാരൻ ഓർത്ത് പറഞ്ഞു.

ഫാദർ എന്തിനാകും അന്ന് രാത്രി അവിടെ പോയത്. പിന്നീട് എന്താകും അവിടെ സംഭവിച്ചത്. അതറിയാൻ വേണ്ടി

ഐസക് വീണ്ടും ഫാദറിനെ സമീപിച്ചു.

ഇത്തവണ തന്നെ തിരക്കി ഐസക് വന്നപ്പോൾ ഫാദറിന്റെ ഉള്ളിൽ ഒരു ഭയം ഉളവായി.

"ഫാദർ അഹന്ന മിസ്സിംങ്ങായ ദിവസം രാത്രി അവളെ കാണാൻ വേണ്ടി വീട്ടിൽ പോയിരുന്നോ?"

"എന്നോ ഒരു ദിവസം ഞാൻ പോയിരുന്നു. അത് അവളെ കാണാതായ ദിവസം ആണോ എന്ന് ഞാൻ കൃത്യമായി ഓർക്കുന്നില്ല."

"എന്തിനാണ് ആ രാത്രി അവളെ കാണാൻ വേണ്ടി പോയത്" സംശയത്തോടെ ഐസക്.

അല്പ നേരത്തെ നിശബ്ദതയ്ക്ക് ശേഷം "ഒരു കുട്ടിയുടെ ഓപ്പറേഷന് അത്യാവശ്യമായി കുറച്ച് പണം വേണമായിരുന്നു. വൈകുന്നേരത്താണ് ആ കുട്ടിയുടെ രക്ഷിതാക്കൾ വിവരം അറിയിക്കുന്നത്. ഞാൻ അപ്പോൾ തന്നെ അഹന്നയെ ഫോണിൽ ബന്ധപ്പെടാൻ ശ്രമിച്ചു. പക്ഷേ കോൾ കണക്ട് ആയില്ല. ഒരു കുട്ടിയുടെ ജീവന്റെ കാര്യം ആയതിനാൽ ഞാൻ അഹന്നയെ നേരിട്ടു ചെന്നു കണ്ടു വിവരം അറിയിക്കാം എന്നു കരുതിയാണ് അന്ന് അവിടെ പോയത്." എന്ന് ഫാദർ പറഞ്ഞു.

"എന്നിട്ട് അഹന്നയെ കണ്ടോ"

"കണ്ടു കാര്യവും പറഞ്ഞു"

"എന്നിട്ട് ഫാദർ എങ്ങനെയാണ് അവിടെ നിന്ന് തിരിച്ചു പോയത് "

ഫാദർ മറുപടി കിട്ടാതെ എന്തോ ചിന്തിക്കുന്നതായി ഐസക്കിന് തോന്നി.

"ഫാദറിനെ അവിടെ എത്തിച്ച ആട്ടോ അപ്പോൾ തന്നെ തിരിച്ചു പോയതായാണ് അയാൾ പറഞ്ഞത്. ആ ഭാഗത്തേക്ക് ബസോ മറ്റ് വാഹന സൗകര്യങ്ങളോ ഇല്ല. അച്ചന് തിരികെ

പോകാൻ ഒരേയൊരു മാർഗ്ഗമേയുള്ളൂ അഹന്നയുടെ കാർ. പത്തുമണി കഴിഞ്ഞിട്ടുണ്ടാകും ഫാദറിനെ അവിടെ കൊണ്ട് ആകുമ്പോൾ എന്നാണ് ഓട്ടോ ഡ്രൈവർ പറഞ്ഞത്. 10:30 ന് അഹന്ന കാറുമെടുത്തു പോകുന്നത് കണ്ടു എന്നാണ് അവളുടെ അച്ഛന്റെ മൊഴി. അപ്പോൾ എന്തായാലും ഫാദറിനെ പള്ളിയിൽ എത്തിച്ച ശേഷം തിരികെ മടങ്ങി എത്താനുള്ള സമയം അവൾക്ക് കിട്ടില്ല. പിന്നെ എങ്ങനെയാണ് ഫാദർ അവിടെ നിന്നും പോയത്." ഐസക്കിന്റെ ചോദ്യത്തിന് മുന്നിൽ ഉത്തരം നൽകാൻ കഴിയാതെ ഫാദർ കുഴഞ്ഞു.

ഫാദർ വിയർക്കാൻ തുടങ്ങി. താൻ പിടിക്കപ്പെട്ടു എന്ന് അദ്ദേഹത്തിനു മനസ്സിലായി. ഇനിയും ഒരുപാട് കള്ളങ്ങൾ പറഞ്ഞു പിടിച്ചു നിൽക്കാൻ കഴിയില്ല. മുന്നിൽ ഒരു കടൽ പോലെ സത്യം തിരയിളക്കി നിൽക്കുമ്പോൾ കീഴടങ്ങുകയേ നിവർത്തിയുള്ളൂ. ഒരു കുറ്റവാളിയെപ്പോലെ ഒന്നും മിണ്ടാതെ ഫാദർ തലകുമ്പിട്ടു നിന്നു.

"ഫാദറിന്റെ ഈ മൗനം എന്റെ എല്ലാ സംശയങ്ങൾക്കും ഉള്ള ഉത്തരം നൽകി കഴിഞ്ഞു. ഇനി എന്താണ് സംഭവിച്ചത് എന്ന് മാത്രം പറഞ്ഞാൽ മതി."

വളരെ വേദനയോടെ ആണെങ്കിലും ഫാദർ ആ സത്യം ഓർത്തു.

സംഭവം നടക്കുന്നതിന് 2 ദിവസം മുമ്പ് കുർബാന കഴിഞ്ഞു പോകാൻ നിന്ന അഹന്നയോട് ഫാദർ സഹായം ആവശ്യപ്പെട്ടു. സാറിന്റെ സാറിന്റെ സഹോദരിയുടെ ഫാദറിന്റെ സഹോദരിയുടെ മകൾക്ക് എഞ്ചിനീയറിംഗ് കോളേജിൽ ഒരു അഡ്മിഷൻ കിട്ടാൻ 10 ലക്ഷം രൂപയുടെ ആവശ്യമുണ്ടായിരുന്നു.

പഠിക്കാൻ പിറകിലോട്ട് ആയതിനാൽ തന്നെ അത്ര വലിയ ഒരു തുക നൽകിയാൽ മാത്രമേ കോളേജിൽ അഡ്മിഷൻ

കിട്ടാൻ സാധിക്കുകയുള്ളൂ.ആർക്ക് വേണ്ടിയും ഫാദർ ശുപാർശ ചെയ്യാറില്ല. ഇവിടെ അതിന് പ്രസക്തിയുമില്ല.പണത്തിനു പണം തന്നെ വേണം.

സഹോദരി വന്നു സങ്കടം പറഞ്ഞപ്പോൾ എങ്ങനെയും മാർഗ്ഗം ഉണ്ടാക്കാം എന്ന് ഫാദർ വാക്ക് കൊടുത്തു പോയി. അഡ്മിഷൻ കിട്ടിയില്ലെങ്കിൽ ആത്മഹത്യ ചെയ്യുമെന്ന മട്ടിലാണ് സഹോദരിയുടെ മകൾ.

പക്ഷെ ഫാദറിന്റെ ആവശ്യത്തിനുള്ള പണം അപ്പോൾ നൽകാൻ തനിക്ക് സാധിക്കില്ലെന്ന് അഹന്ന പറഞ്ഞു. രണ്ട് കുട്ടികളുടെ ഓപ്പറേഷന് വേണ്ടിയുള്ള പണമാണ് തന്റെ കൈയിൽ ഉള്ളതെന്നും ആ കുട്ടിയുടെ അഡ്മിഷനെക്കാൾ ഇപ്പോൾ പ്രാധാന്യം ഈ ഓപ്പറേഷൻ ആണെന്നും അഹന്ന പറഞ്ഞപ്പോൾ ഫാദറിന് നിരാശയായി.

ഒരാഴ്ച്ചക്കകത്ത് പണം അടച്ചില്ലെങ്കിൽ ആ സീറ്റ് മറ്റാരെങ്കിലും കൊണ്ട് പോകും. പെട്ടെന്ന് ഇത്രയും വലിയ തുക സംഘടിപ്പിക്കാൻ വേറെ മാർഗ്ഗവുമില്ല. ചോദിക്കാൻ അഹന്ന മാത്രമേ മുന്നിലുള്ളൂ. പക്ഷേ അവളും കൈയൊഴിഞ്ഞു.

സഹോദരിക്ക് കൊടുത്ത വാക്ക് പാലിക്കാതിരിക്കുന്നത് മരിക്കുന്നതിന് തുല്യമാണെന്ന് ഫാദറിന് തോന്നി. അവരോട് അത്രക്ക് സ്നേഹം അദ്ദേഹത്തിന് ഉണ്ടായിരുന്നു. അഹനയെ ചാരിറ്റിയിലേക്ക് കൈ പിടിച്ച് കൊണ്ട് വന്നത് ഫാദറാണ്. നല്ല പല ബന്ധങ്ങളും അവൾക്ക് ഉണ്ടാക്കി കൊടുത്തു. പക്ഷേ് തനിക്ക് ഒരാവശ്യം വന്നപ്പോൾ അവൾ കൈയൊഴിഞ്ഞു.

അഹന്നയുടെ പക്കൽ പണം ഉണ്ടെന്ന് അറിയാവുന്ന ഫാദർ അവളെ കൊന്നിട്ടായാലും പണം കൈക്കാലാക്കണം എന്ന് തീരുമാനിച്ചു. അതിനു വേണ്ടി ഒരു ദിവസം മുഴുവനെടുത്ത് ആലോചിച്ച് ഒരു പ്ലാൻ തയ്യാറാക്കി.

ആ പ്ലാൻ പ്രകാരം അന്ന് രാത്രി ഫാദർ പള്ളിക്ക് സമീപത്തുള്ള ഒരു ആട്ടോ സ്റ്റാൻഡിൽ നിന്നും ഒരു ഓട്ടോയിൽ കയറി അഹന്നയുടെ വീട്ടിലെത്തി.

വീട്ടിൽ അവൾ ഒറ്റയ്ക്കാനുള്ളത് എന്നുറപ്പിച്ചു കൊണ്ടാണ് ഫാദർ അവിടെ എത്തിയത്.

ലോഹയുടെ പോക്കറ്റിൽ കരുതിയിരുന്ന കൈയുറ ഫാദർ ധരിച്ചു.

ഫാദർ ഹോണിംഗ് ബെൽ അമർത്തി.

അഹന്ന വാതിൽ തുറന്നപ്പോൾ പുറത്ത് ഫാദർ നിൽക്കുന്നത് കണ്ട് അത്ഭുതപ്പെടുന്നു.

"അച്ചരനെന്താ ഈ നേരത്ത്"

"ഒരു അത്യാവശ്യ കാര്യം സംസാരിക്കാനുണ്ട്" എന്ന് പറഞ്ഞു കൊണ്ട് ഫാദർ അകത്തേക്ക് പ്രവേശിച്ചു.

അകത്തു കയറിയ ഉടനേ തന്നെ കൈയിൽ കരുതിയിരുന്ന ക്ലോറോഫോം ഉപയോഗിച്ച് ഫാദർ അവളെ ബോധം കെടുത്തി. അതിനു ശേഷം ഡോർ ക്ലോസ് ചെയ്തു.

ഫാദർ അഹന്നയുടെ മുറിയിൽ പ്രവേശിച്ച് അലമാരയുടെ താക്കോൽ കണ്ടെത്തി അലമാര തുറന്ന് അതിനകത്തുണ്ടായിരുന്ന മുഴുവൻ പണവും എടുത്തു.

അവിടെ നിന്നും ഈ രൂപത്തിൽ പുറത്ത് പോകുന്നത് അപകടമാണ് എന്ന് ഫാദറിന് അറിയാമായിരുന്നു. മുറിയിൽ അഹന്നയുടെ വിഗ്ഗ് ഇരിക്കുന്നത് ഫാദർ കാണുന്നു.

ആ വിഗ്ഗ് എടുത്ത് തലയിൽ വച്ച ശേഷം അവിടെ ഉണ്ടായിരുന്ന ചീർപ്പെടുത്ത് മുടി നന്നായി ചീകി ഒതുക്കുന്നു.

അതിനു ശേഷം മുറിയിൽ നിന്നും പുറത്തിറങ്ങുന്നു. അബോധാവസ്ഥയിൽ ഉള്ള അഹനയെ തോളിൽ എടുത്തിട്ട് കൊണ്ട് ഫാദർ കാർ കിടക്കുന്നത് പിന്നിലാണെന്നു മനസ്സിലാക്കി പിന്നിലത്തെ ഡോർ തുറന്ന് പുറത്തിറങ്ങുന്നു.

ധൃതിയിൽ പുറത്തിറങ്ങിയ ഫാദർ ഡോർ അടക്കാൻ മുതിർന്നില്ല.

കാറിന്റെ പിൻസീറ്റിൽ അഹനയെ കിടത്തിയ ശേഷം കാറിൽ കയറി വാഹനം സ്റ്റാർട്ട് ചെയ്തു വേഗത്തിൽ പോകുന്നു. അവിടെ നിന്ന് എങ്ങനെയും രക്ഷപ്പെട്ടാൽ മതിയായിരുന്നു ഫാദറിന്.

ടെൻഷനോടെ ഫാദർ കാർ വേഗത്തിൽ മുന്നോട്ട് പായിക്കവേ വഴിയിൽ നിന്നിരുന്ന അഹന്നയുടെ അച്ഛൻ സാമുവൽ അഹന്നയുടെ കാർ ശ്രദ്ധിക്കുന്നു. വേഗത്തിൽ പോകുന്ന കാറിലേക്ക് നോക്കിയപ്പോൾ വിഗ്ഗ് വച്ചു ആകത്തിരിക്കുന്ന ഫാദറിനെ അഹന്ന ആയിട്ടാണ് സാമുവലിനു തോന്നിയത്.

അഹന്നയാണെന്നു കരുതി കൈവീശി വിളിക്കുകയും ചെയ്തു. പക്ഷേ അതൊന്നും ശ്രദ്ധിക്കാതെ ഫാദർ വേഗത്തിൽ കാർ ഒടിച്ചു പോയി.

പള്ളിയിൽ സ്ഥിരം വരാറുള്ള അച്ഛന്റെ പരിചയക്കാരനായ വർക്കച്ചന്റെ പുരയിടത്തിൽ വസ്തു തർക്കം കാരണം ഇപ്പോൾ ആരും പോകാറില്ല.

അതുകൊണ്ട് തന്നെ അതാണ് പറ്റിയ സ്ഥലം എന്ന് മനസ്സിലാക്കി മുൻകൂട്ടി തയ്യാറാക്കിയ പദ്ധതി പ്രകാരം അങ്ങോട്ട് തന്നെ പോയി.

പുരയിടത്തിലെത്തി ആരും ശ്രദ്ധിക്കാത്ത ഒരു ഭാഗത്തു കാർ നിർത്തി ഫാദർ കാറിൽ നിന്നും പുറത്തിറങ്ങി.

കാറിന്റെ പിൻസീറ്റിൽ നിന്നും അഹനയെ പുറത്തെടുത്തു തോളിൽ ഇട്ടുകൊണ്ട് പുരയിടത്തിലേക്ക് നടന്നു.

നേരത്തേ തന്നെ ഒരു കുന്താലിയും ഒരു കന്നാസ് മണ്ണെണ്ണയും ഫാദർ അവിടെ കൊണ്ട് വച്ചിട്ടുണ്ടായിരുന്നു.

കുന്താലി കൊണ്ട് കുഴിയെടുത്ത ശേഷം ഫാദർ അഹനയെ കുഴിയിലേക്ക് സാവകാശം എടുത്തു കിടത്തി. എളുപ്പത്തിൽ

ആരും കണ്ട് പിടിക്കാതിരിക്കാനോ പോലീസുകാർക്ക് തെളിവുകൾ കിട്ടില്ലെന്ന് കരുതിയിട്ടോ ആവണം ഫാദർ അവളുടെ ശരീരം കത്തിക്കാൻ തീരുമാനിച്ചത്.

കന്നാസിൽ കരുതിയിരുന്ന മണ്ണെണ്ണ എടുത്ത് അഹന്നയുടെ ദേഹത്ത് ഒഴിച്ച ശേഷം ഫാദർ തീപ്പെട്ടി ഉരച്ച് അവളുടെ ദേഹത്തിട്ടു.

തീ ദേഹത്ത് കത്തിപ്പിടിച്ചതും അബോധാവസ്ഥയിൽ ആയിരുന്ന അഹന്ന ബോധം വീണ്ടെടുത്ത് ചാടി എഴുന്നേറ്റു.

വെപ്രാളത്തിൽ പൊള്ളലേറ്റ് എണീറ്റ അഹന്നയെ അവിടെ കിടന്ന വടിയെടുത്ത് ഫാദർ തള്ളി കുഴിയിലേക്കിടാൻ ശ്രമിച്ചു. അഹന്ന ഫാദറിന്റെ കൈയിൽ കയറി പിടിച്ചു. കൈ തട്ടി മാറ്റിയപ്പോൾ കൈയുറയിൽ തീ പിടിച്ചു.

വടി കൊണ്ട് അവളുടെ തലക്കടിച്ച ശേഷം കുഴിയിലേക്ക് തള്ളിയിട്ടു. ഫാദറിന്റെ കഴുത്തിലെ കൊന്തയിൽ പിടിച്ച് വലിച്ച് കൊണ്ട് അവൾ കുഴിയിലേക്ക് വീണു.

തീ ആളിപ്പടർന്നത് കൊണ്ട് കുഴിയിൽ വീണ കൊന്ത അതിൽ കത്തി ചാമ്പലാക്കും എന്ന് ഫാദർ കരുതി.

കുഴിയിലേക്ക് വീണ് മരണ വെപ്രാളത്താൽ അവൾ പിടയുന്നത് നോക്കി ഒരു മൃഗത്തെ പോലെ ഫാദർ നിന്നു. ശരീരം പൂർണ്ണമായും കത്തിക്കരിഞ്ഞെന്ന് മനസ്സിലായപ്പോൾ ഫാദർ കുഴിയിലേക്ക് മണ്ണ് കോരിയിട്ടു.

കുന്താലിയും കന്നാസും തീ പിടിച്ച കൈയുറയും ഫാദർ ദൂരെ ഒരിടത്തേക്ക് കൊണ്ട് പോയി ഒരു പൊട്ടക്കിണറ്റിൽ ഉപേക്ഷിച്ചു.

കറിച്ചീഫ് കൊണ്ട് കൈയുറ ഇല്ലാത്ത കൈപ്പത്തിയിൽ ചുറ്റിക്കെട്ടിയ ശേഷം വസ്ത്രങ്ങൾ പരിശോധിച്ച് എല്ലാം പക്കാ ആണെന്ന് ഉറപ്പ് വരുത്തി ഫാദർ കാറിൽ കയറി.

ആ സ്ഥലത്ത് നിന്ന് അകലെയുള്ള മാറ്റൊരിടത്തു കാർ ഓടിച്ച് പോയ ശേഷം ഒരു മരത്തിലേക്ക് കാർ ഇടിപ്പിച്ചു.

പോലീസിനെ കോൺഫ്യൂസ് ചെയ്യിപ്പിക്കാൻ വേണ്ടിയാണ് ഫാദർ അങ്ങനെ ചെയ്തത്. പോലീസ് കാർ കണ്ടെത്തുമ്പോൾ ആ പരിസരത്ത് ആയിരിക്കും ബോഡി ഉണ്ടോ എന്ന് അന്വേക്ഷിക്കുന്നത് എന്ന് അറിയാവുന്നത് കൊണ്ടാണ് ഫാദർ ശരീരം മാറ്റൊരിടത്തു കൊണ്ട് പോയി കത്തിച്ചിട്ട് കാർ അകലെ മാറി മാറ്റൊരിടത്ത് ഉപേക്ഷിച്ചത്.

പോലീസുകാർ ഒരിക്കലും തന്നെ കണ്ടെത്തില്ല എന്ന പൂർണ്ണ വിശ്വാസം ഫാദറിന് ഉണ്ടായിരുന്നു. പക്ഷേ ദൈവം നീതിയുടെ പക്ഷത്തായിരുന്നത് കൊണ്ട് വർക്കച്ചന്റെ പുരയിടത്തിന്റെ കേസ് ഒരു മാസത്തിനുള്ളിൽ ഒത്തുതീർപ്പായി.

പുരയിടത്തിൽ റബ്ബർ നടാൻ കുഴിയെടുത്തതും അസ്ഥികൂടം കണ്ടെത്തിയതും വിധിയുടെ വിളയാട്ടമായിരുന്നു.

കത്തിക്കരിഞ്ഞു ചാമ്പലായിക്കാണും എന്ന് ഫാദർ തെറ്റിദ്ധരിച്ച കൊന്തയുടെ അവശിഷ്ട്ടം പോലീസിന് ഫാദറിലേയ്ക്കുള്ള ദൈവത്തിന്റെ കൈയൊപ്പ് പോലെ അസ്ഥികൂടത്തിനൊപ്പം പറ്റി ചേർന്ന് കിടപ്പുണ്ടായിരുന്നു.

നടന്ന സംഭവങ്ങൾ എല്ലാം ഐസക്കിനോട് തുറന്ന് പറഞ്ഞു ഫാദർ സ്വയം കുമ്പസാരിച്ചു. പരസ്യമായ കുമ്പസാരം.

"എന്നിട്ട് ആ പണം എന്ത് ചെയ്തു. സഹോദരിക്ക് കൊടുത്തോ" ഐസക് അഹന്നയുടെ വീട്ടിൽ നിന്നും ഫാദർ എടുത്ത പണത്തെ പറ്റി തിരക്കി.

"ഇല്ല, കൂടുതൽ പണം കൊടുത്ത് ഏതോ മന്ത്രിയുടെ ചെറുമകൻ ആ സീറ്റ് സ്വന്തമാക്കി"

"പണം ആവശ്യത്തിന് ഉതകിയതുമില്ല, ഒരു ജീവനും നഷ്ട്ടപ്പെട്ടു. ഫാദർ ഒരിക്കലും മാപ്പർഹിക്കുന്നില്ല. ഒരുപാട്

ജീവിതങ്ങൾക്ക് ആശ്രയമായിരുന്ന ഒരു പെൺകുട്ടിയെ ആണ് ഫാദർ ക്രൂരമായി ഇല്ലാതാക്കിയത്."

കുറ്റബോധത്തോടെ ഫാദറിന്റെ തല കുനിഞ്ഞു.

"ഒരു കൊലപാതകം എത്ര സമർഥമായി ചെയ്താലും പോലീസ് അത് നിഷ്പ്രയാസം തെളിയിക്കും. അങ്ങനെയുള്ളപ്പോൾ ഇങ്ങനെ ഒരു കൊലപാതകം ചെയ്തിട്ട് അതിൽ നിന്നു രക്ഷപ്പെടാമെന്നു കരുതിയ ഫാദറിന്റെ ആത്മവിശ്വാസത്തെ വിഡ്ഢിത്തം എന്ന് വിളിക്കാനാണ് എനിക്കിഷ്ട്ടം. ഇനി സഭയോടും സഭ കല്പ്പിച്ചു തന്ന എല്ലാ പദവികളിൽ നിന്നും ഫാദറിന് പടിയിറങ്ങാം."

ഏറെ നാൾ പൊലീസിന് തലവേദനയായ കേസ് തെളിഞ്ഞ സംതൃപ്തിയിൽ ഐസക് ഒരു നിശ്വാസമെടുത്തു.

നഗരത്തിലെ ഒരു പ്രൈവറ്റ് സ്കൂൾ. പത്താം ക്ലാസ്സ് വിദ്യാർത്ഥിനിയാണ് സുന്ദരിയായ മെഹറൂന്നിസ. മനോഹരമായ കണ്ണുകളാണ് അവൾക്കുള്ളത് അത്ര തന്നെ മനോഹരമായ ചിരിയും. അതുകൊണ്ട് തന്നെ അവളെ ആ സ്കൂളിലെ പലരും പ്രണയിക്കാൻ നോക്കിയിട്ടും അവൾ ആർക്കും പിടി കൊടുത്തില്ല.

ആ സ്കൂളിൽ അവളുടെ ക്ലാസ്സിൽ തന്നെ ഉള്ള വിശാൽ എന്ന ഒരു പയ്യനുണ്ട്. അവൻ ഒരു ചാന്ത്പൊട്ട് ടൈപ്പ് ആണ്. നടപ്പിലും കാഴ്ചയിലും സ്ത്രീകളുടേത് പോലെ തോന്നിക്കും എങ്കിലും മനസ്സ് കൊണ്ട് അവനൊരു ആണ് ആണ്.

വിശാലിന് മെഹറിനെ വലിയ ഇഷ്ട്ടമാണ്. ആ ഇഷ്ട്ടം തുടങ്ങിട്ടു അഞ്ച് വർഷമായി. പക്ഷെ ഒരിക്കൽ പോലും അവനത് അവളോട് പറഞ്ഞില്ല. അതിനുള്ള ധൈര്യം അവനില്ലായിരുന്നു. എങ്കിലും അവളുടെ പിന്നാലെ നടക്കുന്നവരെ എല്ലാം വിശാൽ വിരട്ടി ഓടിക്കും.

"ഇനി മെഹറിന്റെ പിറകെ നടക്കുന്നത് കണ്ടാൽ കാലു ഞാൻ തല്ലി ഒടിക്കും" വിശാൽ പേടിപ്പിക്കാറുണ്ട്.

ഒരു ദിവസം ക്ലാസ്സിലെ വികൃതിയായ ജോമോൻ എന്ന കുട്ടി ക്ലാസ്സിൽ ഇരുന്നു ബിയർ കഴിക്കുന്നത് മെഹർ കണ്ടു. മെഹർ ടീച്ചറോട് കാര്യം പറഞ്ഞു. ടീച്ചർ ജോമോനെ ക്ലാസ്സിൽ നിന്ന് പുറത്താക്കി വെയിലത്തു കൊണ്ട് നിർത്തി.

ജോമോന് മെഹറിനോട് ദേഷ്യം തോന്നി.

ഒരു വലിയ ബിസിനസുകാരനും രാഷ്ട്രീയ പ്രവർത്തകനുമാണ് ജോമോന്റെ അച്ഛൻ. അത് കൊണ്ട് പ്രിൻസിപ്പൽ ജോമോനെ ക്ലാസ്സിൽ കയറ്റാൻ ആവശ്യപ്പെട്ടു. പക്ഷെ മെഹറിനോടുള്ള ദേഷ്യം അവൻ മനസ്സിൽ സൂക്ഷിച്ചു. പകരം വീട്ടാൻ ഒരവസരത്തിനായി ജോമോൻ കാത്തിരുന്നു.

അങ്ങനെയിരിക്കെ ഒരു ദിവസം മെഹർ ഉച്ചഭക്ഷണം കഴിഞ്ഞു പാത്രം കഴുകി കൊണ്ട് നിന്നപ്പോൾ അരവിന്ദ് എന്ന വിദ്യാർത്ഥി അവളുടെ അടുത്തേക്ക് വന്നു. അരവിന്ദ് അവളെ നോക്കി ചിരിച്ചു. മെഹർ അത് മൈന്റ് ചെയ്തില്ല. ചുറ്റും നോക്കിയാ ശേഷം ആരും ഇല്ലെന്നു കണ്ടപ്പോൾ അരവിന്ദ് മെഹറിന്റെ നിതംബത്തിൽ കയറി പിടിച്ചു. പെട്ടെന്ന് മെഹർ ഞെട്ടലോടെ തിരിഞ്ഞു നോക്കുമ്പോൾ അരവിന്ദ് അവിടെ നിന്ന് ഓടിപ്പോകുന്നതാണ് കണ്ടത്.

തന്നോട് അങ്ങനെ മോശമായി പെരുമാറിയ അരവിന്ദിനെ വെറുതെ വിടാൻ അവൾ തീരുമാനിച്ചില്ല. പിറ്റേ ദിവസം രാവിലെ സ്കൂൾ അസംബ്ലി കഴിഞ്ഞു എല്ലാവരും ക്ലാസ്സിൽ പോകാൻ ഒരുങ്ങുമ്പോൾ മെഹറിൻ അരവിന്ദിന്റെ അടുത്തേക്ക് ചെന്നു.

"അരവിന്ദ് ഒന്ന് നിന്നേ"

"എന്താ" അമ്പരപ്പോടെ അരവിന്ദ്.

എല്ലാവരുടെയും മുന്നിൽ വച്ച് മെഹർ പരസ്യമായി അരവിന്ദിന്റെ ചെകിട്ടത്തടിച്ചു.

"മേലിൽ ഒരു പെണ്ണിനോടും നീ ഇങ്ങനെ ചെയ്യരുത്, ഇതോർമ്മ വച്ചോ"

പരസ്യമായി തന്നെ അപമാനിച്ചതിന്റെ നാണക്കേടിൽ തല ഉയർത്താനാകാതെ അരവിന്ദ് അവിടെ നിന്നു.

ഈ അവസരത്തിലാണ് വിശാൽ അവളോട് തന്റെ ഇഷ്ട്ടം

പറയുന്നത്. എന്നാൽ വിശാലിനെ കളിയാക്കുന്ന പോലെ ഉള്ള മറുപടിയാണ് അവളിൽ നിന്ന് കിട്ടിയത്.

"തനിക്ക് വട്ടുണ്ടോ , തന്നെപ്പോലൊരാളെ ഞാൻ ഇഷ്ട്ടപ്പെടുമെന്നു വിചാരിച്ചോ. തനിക്കൊന്നും വേറെ ജോലി ഇല്ലേ, ഇതും പറഞ്ഞു ഇനി എന്റെ പിറകെ വരരുത്."

ആ മറുപടി വിശാലിനെ വല്ലാതെ വേദനിപ്പിച്ചു.

അന്ന് അവന് ഉറങ്ങാൻ കഴിഞ്ഞില്ല. ഭക്ഷണം പോലും കഴിച്ചില്ല. അഞ്ച് വർഷം മനസ്സിൽ കൊണ്ട് നടന്ന ഇഷ്ട്ടമാണ് ഒരു നിമിഷം കൊണ്ട് ഇല്ലാതായത്.

തന്റെ ഇഷ്ട്ടം നിരസിക്കുകയും തന്നെ പരിഹസിക്കുകയും ചെയ്ത മെഹറിനോട് അവന് ഉള്ളിൽ ദേഷ്യം തോന്നി. പക്ഷെ സ്നേഹത്തിനു അപ്പോഴും ഒരു മങ്ങലും ഏറ്റിരുന്നില്ല. മെഹറിന്റെ വാക്കുകൾ അവന്റെ കാതിൽ ഇടിമുഴക്കം പോലെ മുഴങ്ങി കേട്ടുകൊണ്ടേയിരുന്നു.

തൊട്ടടുത്ത ദിവസം സ്കൂൾ ലൈബ്രറിയിൽ ചെല്ലുന്ന ലതിക ടീച്ചർ കാണുന്നത് മെഹറിനെ കഴുത്തറുത്തു കൊലപ്പെടുത്തിയ ശേഷം കത്തിയുമായി നിൽക്കുന്ന വിശാലിനെയാണ്.

ആ കാഴ്ച കണ്ടു ഭയക്കുന്ന ലതിക ടീച്ചർ ഉറക്കെ നിലവിളിച്ചു. അത് കണ്ട് ഭയപ്പെടുന്ന വിശാൽ അവിടെ നിന്നും ഇറങ്ങി ഓടി.

ടീച്ചറിന്റെ നിലവിളി ശബ്ദം കേട്ട് മറ്റ് അധ്യാപകർ എല്ലാം അവിടേക്ക് ഓടി എത്തി. അവിടെ കൊല്ലപ്പെട്ട നിലയിൽ കാണപ്പെടുന്ന മെഹറിനെ കണ്ട് അവർ ഞെട്ടി. ഈ സമയം വിശാൽ ഒരു ക്ലാസ് റൂമിലേക്ക് ഓടി കയറി ഒരു മൂലയിൽ പോയി പേടിച്ചിരുന്നു.

മറ്റ് അധ്യാപകർ അവിടേക്ക് ഓടി എത്തുമ്പോൾ, വിശാൽ തന്റെ കഴുത്തിൽ കത്തിവെച്ച് അവരെ പേടിപ്പെടുത്തി.

"ആരെങ്കിലും അകത്തേക്ക് വന്നാൽ ഞാൻ കഴുത്തറുക്കും"

അധ്യാപകർ എല്ലാം ഭയന്ന് മാറി നിന്നു. ആരും അകത്തേക്ക് കയറാൻ ധൈര്യപ്പെട്ടില്ല.

"വിശാൽ അവിവേകം ഒന്നും കാണിക്കരുത് ആരും അകത്തോട്ട് വരില്ല. ആ കത്തി മാറ്റൂ" ഗോപൻ സാർ ഉറക്കെ വിളിച്ച് പറഞ്ഞു.

പ്രിസിപ്പൽ വിവരം ഉടൻ തന്നെ പോലീസിനെ അറിയിച്ചു.

പോലീസ് എത്തുന്നത് വരെ അദ്ധ്യാപകരോട് ശാന്തരായി ഇരിക്കണമെന്നും വിശാലിനെ ഒരു കാരണവശാലും പ്രകോപിപ്പിക്കാൻ പാടില്ലെന്നും പ്രിൻസിപ്പൽ പറഞ്ഞു.

കഴുത്തിൽ നിന്നു കത്തി മാറ്റാതെ വിശാൽ ഒരു മൂലയിൽ തന്നെ ഇരുന്നു. അൽപ സമയം കഴിഞ്ഞപ്പോൾ പോലീസ് എത്തി.

പക്ഷെ പോലീസിന് ഒന്നും ചെയ്യാൻ കഴിയുന്നില്ല. വിശാൽ കത്തി കഴുത്തിൽ വച്ച് ഭീക്ഷണിപ്പെടുത്തിക്കൊണ്ടിരിക്കുകയാണ്. അവന്റെ ഇപ്പോളത്തെ മാനസികാവസ്ഥയിൽ അവൻ എന്തും ചെയ്യും. അത് കൊണ്ട് പോലീസുകാർ ക്ലാസ്സ് റൂമിന് അകത്തേക്ക് കയറാൻ മടിച്ചു.

വിശാലിനെ ശാന്തനാക്കാനുള്ള ശ്രമങ്ങൾ പോലീസുകാർ നടത്തി നോക്കി പക്ഷേ സാധിച്ചില്ല.

പോലീസുകാർ മെഹറിന്റെ മൃതദേഹം പരിശോധിച്ചു. ഫോറൻസിക്കുകാർ എത്തി അവരുടെ ജോലി തുടർന്നു.

"ഈ കുട്ടിയുടെ പാരന്റ്സിനെ വിവരം അറിയിച്ചോ" പ്രിസിപ്പാളിനോട് നീരജ് തിരക്കി.

"അവർ അബ്രോഡ് ആണ്, അറിയിച്ചിട്ടുണ്ട്"

എസ്.ഐ.നീരജ് കുമാർ അദ്ധ്യാപകരോട് വിശാലിനെ കുറിച്ച് അന്വേഷിച്ചു.

വിശാലിനെ വളരെക്കാലമായി അറിയാവുന്ന, അവന്റെ ക്ലാസ്സ് ടീച്ചർ കൂടിയായ ട്രീസ്സ വിശാൽ ഒരിക്കലും മെഹറിനെ കൊല്ലില്ല എന്ന് പോലീസുകാരോട് ഉറപ്പിച്ചു പറഞ്ഞു.

"വിശാലിന് ഒരിക്കലും അങ്ങനെ ചെയ്യാനാകില്ല, അവൻ അങ്ങനെയുള്ള ഒരു കുട്ടിയല്ല, ക്ലാസ്സിൽ നന്നായി പഠിക്കുന്ന ശാന്തസ്വഭാവമുള്ള ഒരു വിദ്യാർത്ഥിയാണ് വിശാൽ"

മറ്റ് അദ്ധ്യാപകർക്കും വിശാലിനെ കുറിച്ച് നല്ല അഭിപ്രായമായിരുന്നു.

"കൊല്ലപ്പെട്ട പെൺകുട്ടിയോട് മറ്റാർക്കെങ്കിലും ശത്രുത ഉണ്ടായിരുന്നോ" നീരജ് തിരക്കി.

"ക്ലാസ്സിൽ ഇരുന്നു മദ്യപിച്ചതിനു ജോമോൻ എന്ന കുട്ടിയെ പുറത്താക്കിയിരുന്നു. മെഹറിനാണ് അത് കണ്ട് എന്നോട് പറഞ്ഞത്. ഒരു ദിവസം ജോമോൻ പെൺകുട്ടികളുടെ ടോയ്‌ലറ്റിൽ ചെന്ന് മെഹറിനെ ഉപദ്രവിക്കാൻ ശ്രമിക്കുന്നത് ഞാൻ കണ്ടു. എന്നെ കണ്ടപ്പോൾ അവൻ അവിടെ നിന്നു പോയി. ജോമോന്റെ ഫാദർ ഒരു രാഷ്ട്രീയപ്രവർത്തകൻ ആയത് കൊണ്ട് തന്നെ എന്ത് ചെയ്താലും ആരും ഒന്നും പറയില്ലെന്ന് അഹംകാരം ആ കുട്ടിക്ക് ഉണ്ട്." ട്രീസ്സ നടന്ന സംഭവം നീരജിനോട് പറഞ്ഞു.

പോലീസുകാർ ജോമോനെ ചോദ്യം ചെയ്യാൻ ഒരുങ്ങുമ്പോൾ പ്രിൻസിപ്പാൾ അതിന് അനുവദിച്ചില്ല. പക്ഷെ നീരജ് പ്രിസിപ്പലിനെ നിർബന്ധിച്ചു . ഒടുവിൽ ഗത്യന്തരമില്ലാതെ പ്രിൻസിപ്പൽ സമ്മതിച്ചു. ജോമോന്റെ അച്ഛനായ സക്കറിയയുടെ സാന്നിധ്യത്തിൽ മാത്രം ജോമോനെ ചോദ്യം ചെയ്യാം എന്ന ഒറ്റ കണ്ടിഷനിൽ.

വിവരം പ്രിൻസിപ്പൽ അപ്പോൾ തന്നെ ജോമോന്റെ അച്ഛനായ സക്കറിയയെ അറിയിച്ചു. വിവരമറിഞ്ഞു ഏതാനും നിമിഷത്തിനകം സക്കറിയ അവിടെ എത്തി.

സക്കറിയയുടെ സാന്നിധ്യത്തിൽ പോലീസുകാർ ജോമോനെ ചോദ്യം ചെയ്തു.

"എനിക്ക് ഇതുമായി യാതൊരു ബന്ധവുമില്ല, കാര്യം എനിക്കവളോട് ദേഷ്യമുണ്ടായിരുന്നു എന്നുള്ളത് സത്യമാണ്, എന്ന് കരുതി അവളെ കൊള്ളാൻ വേണ്ടിയുള്ള പകയൊന്നും എനിക്കുണ്ടായിരുന്നില്ല."

"അവൻ പറഞ്ഞത് കേട്ടില്ലേ സാറെ, അവൻ അങ്ങനെ ഒന്നും ചെയ്യില്ല, അതുകൊണ്ട് ഇനി കൂടുതൽ ചോദ്യങ്ങൾ ചോദിച്ച് എന്റെ മോനെ ബുദ്ധിമുട്ടിക്കരുത്, അതെനിക്കിഷ്ടമല്ല " സക്കറിയ നീരജിനോട് ആവശ്യപ്പെട്ടു.

സക്കറിയയെയും ജോമോനെയും മാറിമാറി നോക്കിയ ശേഷം ജോമോനോട് പൊയ്ക്കൊള്ളാൻ നീരജ് ആംഗ്യം കാട്ടി.

മഹറുമായി ബന്ധമുള്ള എല്ലാവരെയും പോലീസ് ചോദ്യം ചെയ്തു. അവളുടെ കൂട്ടുകാരികളോടും അദ്ധ്യാപകരോടും അവളോട് ഇഷ്ടമാണെന്നു പറഞ്ഞു പിറകെ നടന്നവരോടും എല്ലാം നീരജ് കാര്യങ്ങൾ ചോദിച്ചറിയുന്നു.

"ഇന്ന് രാവിലെ ആരെങ്കിലും മെഹറുമായിട്ട് വഴക്കിടുകയോ മറ്റോ ഉണ്ടായിട്ടുണ്ടോ" മെഹറിന്റെ കൂട്ടുകാരിയായ ജീനയോട് നീരജ് അന്വേഷിച്ചു.

"പ്രത്യേകിച്ച് അങ്ങനെ ആരുമായും വഴക്കിടുന്നത് കണ്ടില്ല, പക്ഷെ രണ്ടു ദിവസമായിട്ട് അവളാകെ അസ്വസ്ഥയായിരുന്നു."

"എന്തായിരുന്നു കാര്യം"

"അറിയില്ല, അവളെങ്ങനെ അധികം സംസാരിക്കാറില്ല. പഠിക്കുക എന്ന ഒറ്റ ചിന്ത മാത്രമേ ഉണ്ടായിരുന്നുള്ളു."

മെഹറിനെ എന്തോ ഒന്ന് അലട്ടിയിരുന്നു എന്ന് നീരജിന് മനസ്സിലായി. ഒരുപക്ഷെ സുഹൃത്തുക്കൾക്കോ അദ്ധ്യാപകർക്കോ അറിയാത്ത ഒരു ശത്രു അവൾക്കുണ്ടായിരുന്നിരിക്കാം. അത് ചിലപ്പോൾ വിശാൽ

തന്നെയാകാം ,അല്ലെങ്കിൽ മറ്റാരെങ്കിലും. മെഹർ ലൈബ്രറിയിൽ പോയ തക്കം നോക്കി കൊല്ലണം എന്നുറപ്പിച്ച് തന്നെയാണ് കൊലയാളി അവിടേയ്ക്ക് പോയത്. കൊല്ലാൻ വേണ്ടിയുള്ള പക എന്തായിരിക്കും?!!!

ഈ സമയം ഇതെല്ലാം കണ്ട് അരവിന്ദ് പേടിച്ച് മാറി നിൽക്കുകയായിരുന്നു. ജീനയിൽ നിന്നും അരവിന്ദിന്റെ ചെകിട്ടത്ത് പരസ്യമായി മെഹർ തല്ലിയ വിവരം നീരജ് മനസിലാക്കി. ഒരു കുറ്റവാളിയുടെ പേടിയോടെ മാറി നിൽക്കുന്ന അരവിന്ദിനെ നീരജ് അടുത്ത് വിളിച്ച് ചോദ്യം ചെയ്യ്തു.

"പരസ്യമായി മെഹർ അരവിന്ദിനെ തല്ലി അല്ലേ? എന്തിനായിരുന്നു അത്?"

നീരജിന്റെ ചോദ്യത്തിന് മറുപടി നല്കാനാകാതെ അരവിന്ദ് തലകുനിക്കുന്നു.

"കാര്യം എനിക്കറിയാം. പക്ഷെ മെഹർ പരസ്യമായി പ്രതികരിച്ചത് അരവിന്ദിന് വലിയ ക്ഷീണമായി പോയി അല്ലേ. സ്വാഭാവികം,എന്ന് കരുതി അവളെ കൊല്ലേണ്ട കാര്യം ഉണ്ടായിരുന്നോ, അതോ അബദ്ധം പറ്റിയതാണോ"!!

"ഞാൻ കൊന്നിട്ടില്ല" ധൈര്യപൂർവം അരവിന്ദ്.

"അരവിന്ദ് അല്ലെങ്കിൽ പിന്നെ ആരാ"

"എനിക്കറിയില്ല, ആ കുട്ടിക്ക് ഞാൻ മാത്രമല്ല ശത്രുക്കൾ. വിശാൽ തന്നെയാണ് അത് ചെയ്തതെന്ന് സാറന്മാരെന്താ വിശ്വസിക്കാത്തത്. അവൻ ഒരുപാട് നാളായിട്ട് മെഹറിന്റെ പിന്നാലെയാണ്. അവളോട് മിണ്ടുന്നവരെ എല്ലാം അവൻ തല്ലി ഓടിക്കാറുണ്ട്. അവനെ ഇഷ്ടമല്ലെന്നു അവൾ പറയുകയും ചെയ്തതാണ്. എനിക്കുറപ്പുണ്ട് വിശാൽ തന്നെയാ അവളെ കൊന്നത്, അവൻ പുറമെ കാണുന്നത് പോലെയൊന്നും സാറെ, അവനിപ്പോൾ കാണിക്കുന്നതൊക്കെ വെറും

അഭിനയമാണ്. അവനെ ചോദ്യം ചെയ്താൽ സത്യം പുറത്ത് വരും"

അരവിന്ദ് പറഞ്ഞതിലും കാര്യമുണ്ടെന്ന് നീരജിന് തോന്നി.

പോലീസുകാർ ക്ലാസ് മുറിയിലേയ്ക്ക് പ്രവേശിക്കാൻ വീണ്ടും ശ്രമം നടത്തി നോക്കി എങ്കിലും പരാജയപ്പെട്ടു. വിശാൽ കത്തി കൊണ്ട് അവന്റെ കൈയിൽ പോറി മുറിവേൽപ്പിച്ചു. മുറിയിലേയ്ക്ക് കടക്കുന്നത് അപകടം ഉണ്ടാക്കും എന്ന് മനസ്സിലാക്കിയ നീരജ് ബുദ്ധിപൂർവം നീങ്ങാൻ തീരുമാനിച്ചു.

അദ്ധ്യാപകരോടും വിദ്യാർത്ഥികളോടും എല്ലാം ആ ക്ലാസ് മുറിയുടെ സമീപത്ത് നിന്നു മാറിപ്പോകാൻ നീരജ് ആവശ്യപ്പെട്ടു. എല്ലാവരും അതനുസരിച്ചു. പോലീസുകാർ തൊട്ടടുത്ത ക്ലാസ് മുറിയിൽ മറഞ്ഞിരുന്നു.

സമയം കടന്നു പോയി. പുറത്ത് ആരുമില്ലെന്ന് കണ്ടപ്പോൾ അവിടെ നിന്നു പുറത്ത് കടക്കാൻ വിശാൽ തീരുമാനിച്ചു. സാവധാനം അവൻ പുറത്തിറങ്ങി. അവിടെ നിന്നും ഓടാൻ ശ്രമിച്ച വിശാലിനെ തൊട്ടടുത്ത മുറിയിൽ മറഞ്ഞിരുന്ന പോലീസുകാർ പിടികൂടി.

വിശാലിന്റെ കൈയിലെ കത്തി അവർ പിടിച്ച് വാങ്ങിച്ചു. നീരജ് വിശാലിനെ ഒരു ക്ലാസ് മുറിയിൽ കൊണ്ടിരുത്തി. വിശാലിന് കുടിക്കാൻ വെള്ളം നൽകി.

"വിശാൽ അല്ല മെഹറിനെ കൊലപ്പെടുത്തിയതെന്ന് ഞങ്ങൾക്കറിയം, സത്യമല്ലേ?

നീരജിന്റെ മുഖത്തേക്ക് നോക്കിയതല്ലാതെ വിശാൽ ഒന്നും പറഞ്ഞില്ല. തുടർന്ന് നിരവധി കാര്യങ്ങൾ നീരജ് ചോദിച്ചെങ്കിലും വിശാൽ ഒന്നിനും മറുപടി നൽകിയില്ല. ഒടുവിൽ അവൻ പൊട്ടിക്കരഞ്ഞു.

കുറച്ച് നേരം വിശാലിനെ സ്വസ്ഥമായി ഇരിക്കാൻ

അനുവദിച്ചുകൊണ്ട് മുറിക്ക് പുറത്തു പൊലീസുകാരെ നിർത്തി നീരജ് പ്രിൻസിപ്പാളിന്റെ റൂമിലേക്ക് നടന്നു.

ജാസ്മിൻ എന്ന പെൺകുട്ടി പ്രിൻസിപ്പാളിന്റെ മുറിയിൽ നിന്നും കരഞ്ഞു കൊണ്ട് പുറത്തേക്ക് ഇറങ്ങി വരുന്നത് നീരജ് ശ്രദ്ധിച്ചു. നീരജിന്റെ കണ്ടപ്പോൾ ഒന്നും സംഭവിക്കാത്തത് പോലെ അവൾ കണ്ണുനീർ തുടച്ചു.

ജാസ്മിന്റെ അടുത്തെത്തിയ നീരജ് അവളോട് കാര്യം തിരക്കി.

"ഒന്നുമില്ല സാർ"

ജാസ്മിനെ ഒരു ക്ലാസ് മുറിയിലേയ്ക്ക് മാറ്റി നിർത്തി നീരജ് ചോദിച്ചു" എന്താ ഉണ്ടായത്, മോൾ എന്തിനാ കരഞ്ഞത്, സത്യം പറയൂ മോൾക്കൊരാപത്തും വരില്ല"

ജാസ്മിൻ ഉണ്ടായ കാര്യങ്ങൾ നീരജിനോട് പറയാൻ തീരുമാനിച്ചു.

"ഞങ്ങളുടെ പ്രിൻസിപ്പാൾ അത്ര നല്ല ആളല്ല. പരീക്ഷക്ക് മാർക്ക് കുറഞ്ഞ കുട്ടികളെയും മറ്റ് പണിഷ്മെന്റുകൾ കിട്ടുന്ന കുട്ടികളെയും പ്രിൻസി ഭീക്ഷണിപ്പെടുത്തി ശാരീരികമായി ഉപദ്രവിക്കാറുണ്ടായിരുന്നു. സ്കൂളിൽ നിന്ന് പുറത്താക്കുമെന്നും തോല്പിക്കുമെന്നും ഭയന്ന് ആരും അത് പുറത്തു പറഞ്ഞിരുന്നില്ല. ഞാനും അതിന് ഇരയായിട്ടുണ്ട്. പക്ഷെ പേടിച്ച് ആരോടും ഒന്നും പറഞ്ഞില്ല. എന്റെ ഭാവമാറ്റങ്ങൾ മെഹർ ശ്രദ്ധിച്ചിരുന്നു. അവളെന്നോട് കാര്യം തിരക്കി. ആദ്യമൊന്നും ഞാൻ പറയാൻ കൂട്ടാക്കിയില്ല. ഒരുപാട് നിർബന്ധിച്ചപ്പോൾ ഞാനവളോട് എല്ലാം തുറന്നു പറഞ്ഞു. എല്ലാം കേട്ട് കഴിഞ്ഞപ്പോൾ ഇതിനെതിരെ പ്രതികരിക്കണമെന്നും പ്രിൻസിപ്പാളിന്റെ തനിനിറം പുറത്ത് കൊണ്ട് വരണം എന്ന് അവൾ വാശിപിടിച്ചു. എക്സാം കഴിയുന്നത് വരെ എല്ലാം രഹസ്യമാക്കി വക്കാൻ ഞാനവളോട് പറയുകയും ചെയ്തു. ഇപ്പോൾ പ്രിൻസിപ്പാൾ എന്നെ

വിളിച്ചിട്ട് പോലീസുകാർ എന്തെങ്കിലും ചോദിച്ചാൽ ഒരു കാര്യവും പുറത്ത് പറഞ്ഞു പോകരുതെന്ന് ഭീക്ഷണിപ്പെടുത്തി"

"മോൾ പൊയ്ക്കോ" നീരജ് ജാസ്മിനോട് പോകാൻ പറഞ്ഞിട്ട് പ്രിൻസിപ്പാളിന്റെ റൂമിലേക്ക് പോയി.

പ്രിസിപ്പളിന്റെ മുറിയിലെത്തിയ നീരജ് കസേരയിൽ ചെന്നിരുന്ന ശേഷം അയ്യാളുടെ മുഖത്തേക്ക് നോക്കിക്കൊണ്ട്

"പഴയൊരു പഴമൊഴിയുണ്ട് കള്ളൻ കപ്പലിൽ തന്നെ എന്ന്. കപ്പിത്താൻ തന്നെയാണ് ഇവിടുത്തെ കള്ളനും. പ്രായപൂർത്തിയാകാത്ത പെൺകുട്ടികളെ ഭീക്ഷണിപ്പെടുത്തി ലൈംഗികമായി ദുരുപയോഗം ചെയ്യുന്നത് ഒരു വിനോദമാക്കി മാറ്റിയ കപ്പിത്താൻ ഒരു ദിവസം തന്റെ കൊള്ളരുതായ്മകൾ പുറം ലോകം അറിയുമെന്ന് മനസ്സിലാക്കിയപ്പോൾ ഒരു കൊലപാതകത്തിലൂടെ അതങ്ങു നുള്ളിക്കളയാം എന്ന് കരുതി."

നീരജ് പറഞ്ഞത് കേട്ട് ഞെട്ടലോടെ പ്രിൻസിപ്പാൾ "സാറെന്തൊക്കെയാണ് പറയുന്നത് എനിക്കൊന്നും മനസ്സിലാകുന്നില്ല"

"എനിക്കെല്ലാം മനസ്സിലായി, യു ആർ അണ്ടർ അറസ്ററ്, ബാക്കി കാര്യങ്ങൾ നമുക്ക് സ്റ്റേഷനിൽ പോയി സംസാരിക്കാം"

നീരജ് പ്രിൻസിപ്പാളിനെ അറസ്റ്റ് ചെയ്ത് കൊണ്ട് പോയപ്പോൾ മുറിയിൽ നിന്നു പുറത്തേക്ക് ഓടി വന്നു വിശാൽ പ്രിൻസിപ്പാളിന്റെ മുഖത്ത് തുപ്പി.

പോലീസുകാർ വിശാലിനെ പിടിച്ച് മാറ്റി.

അന്ന് ജാസ്മിൻ മെഹറിനോട് എല്ലാം തുറന്ന് പറഞ്ഞത് പ്രിൻസിപ്പാൾ മറഞ്ഞിരുന്നു കേൾക്കുന്നുണ്ടായിരുന്നു. മെഹർ എല്ലാം വെളിച്ചത് കൊണ്ട് വന്നാലുള്ള ഭവിഷ്യത്തുക്കളെ കുറിച്ചോർത്തപ്പോൾ പ്രിസിപ്പലിനു

പേടിതോന്നി. മെഹറിനെ ഇല്ലാതാക്കേണ്ടത് അയ്യാളുടെ ആവശ്യമായി മാറി.

ലൈബ്രറിയിൽ നിൽക്കുന്ന മെഹറിനെ ആരും കാണാതെ കത്തി ഉപയോഗിച്ച് പ്രിൻസിപ്പൽ കഴുത്തറുത്ത് കൊലപ്പെടുത്തി. വിരലടയാളം കിട്ടാതിരിക്കാൻ കറിച്ചീഫ് കൊണ്ട് കത്തി ചുറ്റി പിടിച്ചാണ് കോല നടത്തിയത്. അവൾ മരിച്ചു എന്ന്അ ഉറപ്പായപ്പോൾ അയാൾ അവിടെ നിന്നും പോയി. അപ്പോഴാണ് അവളെ തിരക്കി വിശാൽ അവിടെ എത്തിയത്ത്. നിലത്ത് മരിച്ച നിലയിൽ കിടക്കുന്ന മെഹറിനെ ആണ് വിശാൽ കണ്ടത്ത്. അവൻ അവളുടെ അടുത്തേക്ക് ഓടിയെത്തി അവളെ തട്ടി വിളിക്കാൻ ശ്രമിച്ചു. അടുത്ത് കിടന്ന കത്തി അവൻ കൈയിലെടുത്തു. അപ്പോളാണ് അത് കണ്ട് കൊണ്ട് ലതിക ടീച്ചർ എത്തിയത്. ടീച്ചറെ കണ്ട് വിശാൽ പേടിച്ച് ആ കത്തിയുമായി പുറത്തേക്ക് ഓടി. ഇതായിരുന്നു ശരിക്കും അവിടെ നടന്നത്.

കുട്ടികളെ നേർവഴിക്ക് നടത്തേണ്ട പ്രിൻസിപ്പാൾ അവരെ വഴിതെറ്റിക്കാൻ ശ്രമിക്കുകയും ഭീക്ഷണിപ്പെടുത്തി ശാരീരികമായി ഉപദ്രവിക്കുകയുമാണ് ചെയ്തത്. കൊലപാതക കുറ്റവും ഒപ്പം പോസ്കോ വകുപ്പുകൾ പ്രകാരവും പോലീസുകാർ അയ്യാൾക്കെതിരെ കേസെടുത്തു. ഇത്തരം കുറ്റകൃത്യങ്ങൾ ഇന്ന് പെരുകിക്കൊണ്ടിരിക്കുകയാണ്. കുറ്റവാളികൾ എപ്പോളായാലും പിടിക്കപ്പെടുക തന്നെ ചെയ്യും. നിയമത്തിന്റെ ഒരാനുകൂല്യവും പോലും അവർക്കുണ്ടാകില്ല. അവർ ശിക്ഷിക്കപ്പെടും.

2018 ഡിസംബറിലെ ഒരു തണുത്ത രാത്രി. ഡി അഡിഷൻ സെന്ററിൽ നിന്നും ജീവൻ എന്ന ചെറുപ്പക്കാരൻ എല്ലാവരുടെയും കണ്ണുവെട്ടിച്ച് പുറത്തു കടന്നു.

ജീവൻ അവിടെ നിന്നും നേരെ പോയത് ബാറിലേക്ക് ആണ്. എന്നാൽ ജീവൻ എത്തുമ്പോഴേക്കും ബാർ ക്ലോസ് ചെയ്തിരുന്നു. ബാറിന് സമീപത്ത് തന്നെ ഉള്ള ഒരു കടയുടെ മുന്നിൽ കിടന്നു ജീവൻ ഉറങ്ങി. തൊട്ടടുത്ത ദിവസം രാവിലെ പോലീസുകാർ വന്ന് ജീവനെ അറസ്റ്റ് ചെയ്തു.

സ്റ്റേഷനിൽ എത്തിയപ്പോഴാണ് തന്നെ അറസ്റ്റ് ചെയ്തതിന്റെ കാരണം ജീവൻ മനസ്സിലാക്കുന്നത്. തലേന്ന് രാത്രി ജീവന്റെ ഭാര്യയായ ഹരിത കൊല്ലപ്പെട്ടു. ഡീ അഡിഷൻ സെന്ററിൽ നിന്നും പുറത്തു കടന്ന ജീവനാണ് ഹരിതയെ കൊലപ്പെടുത്തിയത് എന്ന് കരുതിയാണ് പോലീസ് ജീവനെ അറസ്റ്റ് ചെയ്തത്.

ആ വാർത്ത കേട്ടപ്പോൾ ജീവൻ ഞെട്ടുകയാണ് ഉണ്ടായത്.

"ജീവൻ ഇന്നലെ രാത്രി ഡീ അഡിഷൻ സെന്ററിൽ നിന്നും പുറത്ത് ചാടിയത് എന്തിനു വേണ്ടിയായിരുന്നു" എസ്.ഐ. കിരൺ ജീവനെ ചോദ്യം ചെയ്തു.

"എനിക്ക് അവിടുത്തെ ജീവിതം ജയിലിൽ കഴിയുന്നതു പോലെ ആണ് തോന്നിയത്. അതുകൊണ്ട് ഞാൻ അവിടെ നിന്ന് രക്ഷപ്പെട്ടത്."

നന്നായിട്ട് മദ്യപിക്കുന്ന ആളായിരുന്നു ജീവൻ. മദ്യപിച്ച് വന്നു മിക്കപ്പോഴും ഭാര്യയെ തല്ലാറുണ്ടായിരുന്നു. മദ്യപിക്കരുതെന്നു ഭാര്യ വിലക്കുന്നതിനാണ് മിക്കപ്പോഴും തല്ലിയിരുന്നത്. ഒടുവിൽ ഗത്യന്തരമില്ലാതെ ഹരിതയുടെ വീട്ടുകാരാണ് ജീവനെ ഡീ അഡിഷൻ സെന്ററിൽ കൊണ്ടാക്കിയത്.

അതിന്റെ ദേഷ്യം ജീവന് ഹരിതയോട് ഉണ്ടായിരുന്നു. അവളോട് പകരം വീട്ടാൻ വേണ്ടിയാണ് ജീവൻ അവിടെനിന്നും പുറത്തുകടന്നത് എന്നാണ് പോലീസ് വിശ്വസിക്കുന്നത്.

"ഭാര്യയെ കൊലപ്പെടുത്താൻ വേണ്ടിയല്ലേ അവിടെ നിന്നും പുറത്തു കടന്നത്?" കിരൺ ചോദിച്ചു.

"അല്ല ഞാൻ വീട്ടിൽ പോയില്ല. മദ്യപിക്കാതെ വീട്ടിൽ പോകാൻ മനസ്സ് അനുവദിച്ചില്ല. അതുകൊണ്ട് ഞാൻ ബാറിന് സമീപത്തുള്ള കടത്തിണ്ണയിൽ കിടന്നുറങ്ങി. രാവിലെ സാറന്മാരു വന്ന് അറസ്റ്റ് ചെയ്തു കൊണ്ടു വന്നപ്പോഴാണ് ഞാൻ വിവരം അറിയുന്നത്. അവൾ മരിച്ചെന്ന് എനിക്ക് ഇപ്പോഴും വിശ്വസിക്കാൻ കഴിയുന്നില്ല." ജീവന്റെ കണ്ണുകൾ നിറഞ്ഞിരുന്നു.

പ്രണയ വിവാഹമായിരുന്നു അവരുടേത്. പക്ഷെ വീട്ടുകാർക്ക് എതിർപ്പൊന്നും ഉണ്ടായിരുന്നില്ല. മകൾ കണ്ടെത്തുന്നയാൾ മോശക്കാരനാകാൻ വഴിയില്ല എന്നാണു അവർ കരുതിയത്. ജീവൻ മദ്യപിക്കുന്ന കാര്യം വിവാഹത്തിന് മുൻപ് ഹരിതക്ക് അറിയില്ലായിരുന്നു. അറിയാമായിരുന്നെങ്കിൽ ഒരിക്കലും അവൾ അയ്യാളെ വിവാഹം കഴിക്കില്ലായിരുന്നു. അവളുടെ ഫാമിലിയിൽ ആരും മദ്യപിക്കാറില്ല. അതുകൊണ്ടു തന്നെ മദ്യപാനികളെ അവൾക്കിഷ്ടമല്ല. മദ്യത്തിന്റെ മണമടിച്ചാൽ തലകറങ്ങും.

ജീവൻ ആദ്യമൊക്കെ വല്ലപ്പോഴും മാത്രമേ മദ്യപിക്കാറുണ്ടായിരുന്നുള്ളു. പിന്നെ പിന്നെ അത് സ്ഥിരമായി. വിവാഹം കഴിഞ്ഞു മൂന്നു വർഷം കഴിഞ്ഞിട്ടും കുട്ടികൾ ഉണ്ടാകാത്തതിന്റെ വിഷമത്തിലാണ് മദ്യപിക്കുന്നതെന്നാണ് ജീവൻ ന്യായം പറയാറ്. അതൊരു കാരണമായി അവൾക്ക് തോന്നിയില്ല. വിഷമം ഒരാൾക്ക് മാത്രമല്ലല്ലോ ഉള്ളത്.

മദ്യപിക്കാതെ വീട്ടിലേക്ക് പോകാതെ ഇരുന്നതിന് കാരണം മദ്യപിച്ച് ചെന്ന് ഭാര്യയെ തല്ലാൻ വേണ്ടി ആയിരിക്കണം. ജീവൻ വീട്ടിൽ പോയില്ല എന്നുള്ള കാര്യം വിശ്വസിക്കാൻ പോലീസുകാർ തയ്യാറായില്ല. അവർ ഹരിതയുടെ അയൽവാസികളുമായി സംസാരിച്ചു.

രാത്രി 11 മണിക്ക് ശേഷം ജീവൻ അവിടെ നിന്നും ഇറങ്ങി പോകുന്നത് കണ്ടു എന്ന് അയൽവാസി പറഞ്ഞു. ജീവനെ തന്നെയാണ് കണ്ടത് എന്ന് അയാൾ ഉറപ്പിച്ചു പറഞ്ഞു.

അതിന്റെ അടിസ്ഥാനത്തിൽ പോലീസുകാർ വീണ്ടും ജീവനെ ചോദ്യം ചെയ്തു.

ജീവൻ അവിടെ പോയതിന് ദൃക്സാക്ഷി ഉണ്ടെന്ന് മനസ്സിലായപ്പോൾ കള്ളം പറഞ്ഞിട്ട് കാര്യമില്ല എന്ന് ജീവന് ബോധ്യമായി.

"ശരിയാണ്, ഞാൻ അവിടെ പോയിരുന്നു. ഞാൻ വീട്ടിൽ ചെല്ലുമ്പോൾ ഹരിത ബെഡ്ഡിൽ മരിച്ചു കിടക്കുന്നതാണ് കണ്ടത്. അവളുടെ കൈകൾ കട്ടിലിൽ കെട്ടിയിട്ട നിലയിലായിരുന്നു. അവിടെ നിൽക്കുന്നത് അപകടമാണ് എന്ന് എനിക്ക് തോന്നി. ഞാൻ അപ്പോൾ തന്നെ അവിടെ നിന്നും പുറത്തു പോയി. ഇതാണ് സാർ സത്യം"

" അപ്പോൾ ഹരിതയെ കൊലപ്പെടുത്തിയത് ജീവൻ അല്ല എന്നാണോ പറയുന്നത്. ജീവൻ അല്ലെങ്കിൽ പിന്നെ ആരാണ്? ഹരിതയ്ക്ക് ശത്രുക്കൾ ആരെങ്കിലും ഉണ്ടായിരുന്നോ? "

" എന്റെ അറിവിൽ ഇല്ല"

പോസ്റ്റ്മോർട്ടം റിപ്പോർട്ട് പ്രകാരം പൊട്ടാസ്യം ക്ലോറൈഡ് ഹെവി ഡോസിൽ വെയിനിൽ ഇൻജെക്ട് ചെയ്തത് ആണ് മരണകാരണം.

എന്നാൽ ഇതിനെക്കുറിച്ചൊക്കെ അറിയാമെങ്കിൽ താൻ ഇപ്പോൾ ആരാകുമായിരുന്നു എന്നാണ് ജീവന്റെ വാദം.

എന്നാൽ ഈ ഇന്റർനെറ്റ് യുഗത്തിൽ അറിവിന് അത്ര വലിയ പ്രസക്തിയൊന്നുമില്ല ആർക്കുവേണമെങ്കിലും ബുദ്ധിപരമായ എന്തും ചെയ്യാം എന്നുള്ള വസ്തുത കിരൺ ജീവനെ ഓർമ്മപ്പെടുത്തി.

ഹരിതയുടെ ബോഡിയിൽ നിന്നും ഫിംഗർ പ്രിന്റുകൾ ഒന്നും തന്നെ ഫോറൻസിക്കിന് കണ്ടെത്താൻ കഴിഞ്ഞില്ല. കൊലയാളി അവിടെ വന്നു പോയതിന്റെ തെളിവുകളെല്ലാം നശിപ്പിച്ചിരുന്നു. അതുകൊണ്ടുതന്നെ കരുതിക്കൂട്ടി ആണ് അയ്യാൾ വന്നതെന്ന് വ്യക്തം.

കൂടുതൽ കാര്യങ്ങൾ മനസ്സിലാക്കുന്നതിനു വേണ്ടി ഹരിതയുടെ വീടിന് സമീപത്ത് വിശദമായ ഒരു അന്വേഷണം കൂടി പോലീസുകാരൻ നടത്തി.

റെയിൻ കോട്ട് ധരിച്ച മുഖം വ്യക്തമാകാത്ത ഒരു ആൾ അന്ന് രാത്രിയിൽ അവിടെ നിന്നും ഇറങ്ങി പോകുന്നത് കണ്ടു എന്ന് ഒരു അയൽവാസി പോലീസിനോട് പറഞ്ഞു. അത് എന്തായാലും ഹരിതയുടെ ഭർത്താവ് അല്ല. ജീവനേക്കാൾ നല്ല ഉയരവും തടിയും ഉള്ള ആളായിരുന്നു അത്. ഹരിതയുടെ ബന്ധുക്കൾ ആരെങ്കിലും ആകും അത് എന്നാണ് അയാൾ കരുതിയത്. അതുകൊണ്ടു തന്നെ അത് കാര്യമാക്കിയില്ല.

അന്ന് രാത്രി അവിടെ വന്നു പോയ വ്യക്തി ആരായിരിക്കും.? എന്തിനായിരിക്കും അയാൾ ഹരിതയെ കൊലപ്പെടുത്തിയത്? പോലീസുകാർക്ക് ഒരു തെളിവ് പോലും ബാക്കി വെക്കാതെ ആണ് അയാൾ അവിടെ നിന്നും പോയത്. അന്വേഷണം

മുന്നോട്ടു പോകാതെ പാതി വഴിയിൽ തന്നെ നിന്നു.

ഹരിതയുമായി ബന്ധമുള്ള എല്ലാവരെയും പോലീസ് ചോദ്യം ചെയ്തു എങ്കിലും ഒരു പ്രയോജനവും ഉണ്ടായില്ല. ഹരിതയ്ക്ക് ശത്രുക്കളായി ആരും ഉള്ളതായി അവളുടെ സുഹൃത്തുക്കൾക്കോ ബന്ധുക്കൾക്കോ അറിവില്ല.

കേസ് വഴി മുട്ടി നിൽക്കുമ്പോൾ ഒരു ദിവസം കിരൺ തന്റെ ഭാര്യയോട് കേസിനെ പറ്റി സംസാരിച്ചു. എന്തോ സംശയം തോന്നിയ കിരണിനെ ഭാര്യ രേഷ്മ കുറച്ചുനാൾ മുൻപ് സോഷ്യൽ മീഡിയയിൽ കണ്ട ഒരു പോസ്റ്റിനെ പറ്റി കിരണിനോട് പറഞ്ഞു. അത് കേട്ട് കഴിഞ്ഞപ്പോൾ കിരണിന് എന്തൊക്കെയോ സംശയങ്ങൾ ഉടലെടുത്തു. കിരൺ ആ പോസ്റ്റ് പരിശോധിക്കുകയും തുടർന്നു അതിനെ കുറിച്ച് അന്വേഷിക്കാൻ തീരുമാനിക്കുകയും ചെയ്തു.

ആ അന്വേഷണം ചെന്നുനിന്നത് എബിൻ എന്ന ചെറുപ്പക്കാരനിലാണ്. കൂടുതൽ കാര്യങ്ങൾ അറിയുന്നതിന് വേണ്ടി എബിനെ ചോദ്യം ചെയ്യേണ്ടത് ആവശ്യമായി വന്നു. എബിനെ സ്റ്റേഷനിലേക്ക് വിളിപ്പിച്ചു.

ഹരിതയെ അറിയാമോ എന്ന് കിരൺ തിരക്കി. പക്ഷേ അറിയില്ല എന്നായിരുന്നു എബിന്റെ മറുപടി. സോഷ്യൽ മീഡിയയിലെ പോസ്റ്റിനെക്കുറിച്ച് കിരൺ പറഞ്ഞപ്പോൾ ഏബിൻ ഒന്ന് പരുങ്ങി. കിരൺ അവനോട് ദേഷ്യപ്പെട്ട് ചോദിച്ചു. ആദ്യം അറിയില്ല എന്നു പറഞ്ഞെങ്കിലും ഒടുവിൽ സത്യം തുറന്നു പറയാൻ എബിൻ തീരുമാനിച്ചു.

മൂന്ന് മാസങ്ങൾക്കു മുമ്പ് ഒരു റസ്റ്റോറന്റിൽ വെച്ചാണ് എബിൻ ആദ്യമായി ഹരിതയെ കാണുന്നത്. എബിൻ ഇരുന്ന ടേബിളിന് മുന്നിലത്തെ ടേബിളിൽ ഹരിത ഇരിപ്പുണ്ടായിരുന്നു. എബിൻ അവളെ ശ്രദ്ധിച്ചതേയില്ല. താൻ വിവാഹം കഴിക്കാൻ പോകുന്ന പെൺകുട്ടിക്ക് ഒരു സെൽഫി എടുത്തു അയച്ചു കൊടുക്കാൻ ഉള്ള ശ്രമത്തിലായിരുന്നു

അവൻ. ഫലൂഡ കഴിക്കുന്നതിന്റെ സെൽഫി എടുക്കാൻ ശ്രമിക്കുമ്പോൾ അവന്റെ മുന്നിലത്തെ ടേബിളിൽ ഇരുന്ന ഹരിത എബിൻ അവളുടെ ഫോട്ടോ ആണ് എടുക്കുന്നത് എന്ന് തെറ്റിദ്ധരിച്ചു. അവൾ അവിടെ നിന്നും എഴുന്നേറ്റ് എബിന്റെ അടുത്ത് ചെന്ന് പ്രശ്നമുണ്ടാക്കി. അവിടെ ഉണ്ടായിരുന്നവർ അതിൽ ഇടപെട്ടു. അവർ കാര്യം അറിയാൻ പോലും ശ്രമിക്കാതെ എബിന്റെ മൊബൈൽ വാങ്ങിച്ചു നിലത്തേക്ക് എറിഞ്ഞു. എബിനെ കയ്യേറ്റം ചെയ്യുകയും ചെയ്തു.

അവിടെ ഉണ്ടായിരുന്നവരിൽ ആരോ അത് മൊബൈലിൽ പകർത്തി. സോഷ്യൽ മീഡിയയിൽ അത് പോസ്റ്റ് ചെയ്യുകയും ചെയ്തു. റസ്റ്റോറന്റിൽ ഇരുന്ന പെൺകുട്ടിയുടെ ഫോട്ടോ എടുക്കാൻ ശ്രമിച്ച ഞരമ്പുരോഗിയെ കയ്യോടെ പൊക്കി എന്ന തലക്കെട്ടോടെ ആയിരുന്നു പോസ്റ്റ് ഇട്ടത്. ആ പോസ്റ്റ് അതി വേഗം തന്നെ വൈറലായി. ആരും എബിനെ വിശ്വസിച്ചില്ല. അവൻ വിവാഹം ചെയ്യാനിരുന്ന പെൺകുട്ടി പോലും.

ആ വിവാഹം മുടങ്ങി. ജോലിസ്ഥലത്തുനിന്നും അവനെ പറഞ്ഞു വിടുകയും ചെയ്തു. വീട്ടുകാരുടെയും നാട്ടുകാരുടെയും എല്ലാം മുന്നിൽ അവൻ നാണം കെട്ടു. പുറത്തിറങ്ങി നടക്കാൻ പറ്റാത്ത അവസ്ഥയായി. എല്ലാത്തിനും കാരണം അവളാണ്. സത്യം അറിയാൻ ശ്രമിക്കാതെ അവൾ പ്രതികരിച്ചതാണ് എബിന്റെ ഭാവി വരെ തുലച്ചത്. ദിനംപ്രതി അവളോടുള്ള ദേഷ്യം അവനിൽ ഇരട്ടിച്ചു. ഓരോ കുറ്റപ്പെടുത്തലും അവഹേളനയും ഹരിതയോടുള്ള ദേഷ്യത്തിന്റെ ആഴം കൂട്ടിക്കൊണ്ടിരുന്നു.

എന്റെ ജീവിതം തുലച്ചവളോട് പകരം വീട്ടാൻ അവൻ തീരുമാനിച്ചു. മരണത്തിൽ കുറഞ്ഞ ഒരു ശിക്ഷയും അവൾ അർഹിക്കുന്നില്ല എന്ന് അവനു തോന്നി. അവളെ കൊല്ലാൻ

തന്നെ അവൻ തീരുമാനിച്ചു. അതിനുവേണ്ടി ഒരു അവസരത്തിനായി അവൻ കാത്തിരുന്നു. ഏറെ നാളത്തെ അന്വേഷണത്തിന് ശേഷം അവൻ അവളെ കണ്ടെത്തി.

മെഡിക്കൽ ഷോപ്പ് നടത്തുന്ന ഒരു സുഹൃത്തിന് പക്കൽ നിന്നും പൊട്ടാസ്യം ക്ലോറൈഡ് സംഘടിപ്പിച്ചു. അവന് സംശയം തോന്നാതിരിക്കാൻ വേണ്ടി സിറിഞ്ച് മറ്റൊരു ഷോപ്പിൽ നിന്നും വാങ്ങി. ഒരു അവസരം കിട്ടിയപ്പോൾ അവൻ ഹരിതയുടെ വീട്ടിൽ പോയി. അവളെ ബലമായി കീഴ്പ്പെടുത്തുകയും കട്ടിലിൽ കെട്ടി ഇടുകയും ചെയ്തു. അതിന് ശേഷം പൊട്ടാസ്യം ക്ലോറൈഡ് കുത്തി വെച്ചു. കാർഡിയാക് അറസ്റ്റ് വന്നു അപ്പോൾ തന്നെ അവൾ മരണപ്പെട്ടു. അവൾ മരിച്ചു എന്ന് ഉറപ്പ് വരുത്തി എബിൻ അവിടെ നിന്നും പോയി. ഇതെല്ലാം ചെയ്യുമ്പോൾ അവന്റെ ഉള്ളിൽ പ്രതികാരം മാത്രമേ ഉണ്ടായിരുന്നുള്ളൂ.

എന്നാൽ താൻ കൈയുറ ഉപയോഗിച്ചിരുന്നില്ല എന്നും ഫിംഗർ പ്രിന്റ്കൾ നശിപ്പിക്കാൻ ശ്രമിച്ചിരുന്നില്ല എന്നും എബിൻ പോലീസിനോട് പറഞ്ഞു. ആ സംശയം ജീവനെ വീണ്ടും ചോദ്യം ചെയ്യാൻ കിരണിനെ പ്രേരിപ്പിച്ചു.

വിശദമായി ചോദിച്ചപ്പോൾ അന്ന് രാത്രിയിൽ താൻ അവിടെ ചെല്ലുമ്പോൾ കട്ടിലിൽ ബന്ധിക്കപ്പെട്ട നിലയിൽ കിടക്കുന്ന ഹരിതയെ കണ്ടത് എന്നും അവൾക്ക് എന്താണ് സംഭവിച്ചത് എന്നറിയാതെ ഭയന്നു എന്നും ജീവൻ പറഞ്ഞു.

ജീവൻ അവളെ തട്ടി വിളിക്കാൻ ശ്രമിച്ചു. അപ്പോഴാണ് അവൾ മരണപ്പെട്ട വിവരം അവൻ മനസ്സിലാക്കുന്നത്. ഉറപ്പായും പോലീസുകാർ തന്നെ സംശയിക്കും എന്ന് അവന് മനസ്സിലായി. താൻ അവിടെ വന്നതിന്റെ തെളിവുകൾ നശിപ്പിക്കാൻ വേണ്ടി വരൂ ടവ്വലിൽ ൽ വെള്ളം മുക്കി ഹരിതയുടെ ദേഹവും മുറിയിലെ ജീവൻ തൊട്ട വസ്തുക്കളും നന്നായി തുടച്ചു. ജീവൻ അവിടെ ചെന്നതിന്റെ യാതൊരു

ലക്ഷണവും അവിടെ ഇല്ലാത്തത് പോലെ വൃത്തിയാക്കിയിട്ടാണ് അവിടെ നിന്നും പുറത്ത് പോയത്.

എന്നാൽ ജീവൻ നശിപ്പിച്ചത് യഥാർത്ഥ പ്രതിയുടെ വിരലടയാളം കൂടിയാണ്. അതാണ് ഈ കേസ് ഇത്രയും നീണ്ടു പോകാൻ കാരണം.

ഹരിത ചെയ്ത തെറ്റ് ആരും ഇനി ആവർത്തിക്കരുത് എന്ന് കിരൺ മാധ്യമങ്ങളോട് പറഞ്ഞു. സത്യാവസ്ഥ മനസ്സിലാക്കാതെ നമ്മൾ ഷെയർ ചെയ്യുന്ന പോസ്റ്റുകൾ മറ്റുള്ളവരുടെ ജീവിതത്തെ സാരമായി ബാധിച്ചേക്കാം. അതു പിന്നെ വലിയ വിഷയങ്ങളിലേക്ക് കൊണ്ടെത്തിക്കും. ചെറിയ തെറ്റുകൾക്ക് വലിയ വില കൊടുക്കേണ്ടി വരും. ഇതൊരു ഓർമ്മപ്പെടുത്തലാണ്.

5

വിശാലമായ എറണാകുളം സിറ്റി. തിരക്ക് പിടിച്ച റോഡിലൂടെ അതിവേഗത്തിൽ സ്കൂട്ടിയിൽ പോകുന്ന നിബിൻ റോഡരികിൽ നിൽക്കുന്ന പെൺകുട്ടികളെ എല്ലാം ശ്രദ്ധിക്കുന്നുണ്ട്. 16 വയസ്സുകാരനായ നിബിന് ലൈസൻസ് ഇല്ലെന്ന് മാത്രമല്ല ഹെൽമറ്റ് വയ്ക്കാതെയാണ് യാത്ര. ചെറുപ്പത്തിന്റേതായിട്ടുള്ള എല്ലാ വികൃതികളും അവനുണ്ട്. ആശുപത്രിയിൽ പോകാനെന്ന വ്യാജേന അയൽവാസിയായ പെൺകുട്ടിയുടെ സ്കൂട്ടി വാങ്ങി നേരെ സിനിമ കാണാൻ തീയേറ്ററിലേക്കാണ് അവന്റെ പോക്ക്.

പെൺകുട്ടികളെ ശ്രദ്ധിച്ച് കൊണ്ട് വണ്ടി ഓടിച്ചു പോകുന്നതിനിടക്ക് റോഡ് ക്രോസ്സ് ചെയ്യുന്ന ഒരു മധ്യവയസ്ക്കയെ നിബിൻ കണ്ടില്ല. വണ്ടി അവരുടെ ദഹത്ത് തട്ടി. ഒരു നിലവിളിയോടെ ആ സ്ത്രീ നിലത്തു വീണു.അത് കണ്ട് പേടിച്ച നിബിൻ ഒരു നിമിഷം പോലും അവിടെ നിൽക്കാതെ വേഗത്തിൽ വണ്ടി ഓടിച്ചു പോയി. നിലത്ത് വീണ സ്ത്രീയുടെ അടുത്തേക്ക് ആളുകൾ ഓടിക്കൂടി. അവർ അവരെ ആശുപത്രിയിൽ എത്തിക്കാനുള്ള ശ്രമത്തിലാണ്.

പിടിക്കപ്പെടുമോ എന്ന ഭയത്തോടെ നിബിൻ വണ്ടി മുന്നോട്ട് ഓടിച്ചു പോയി. പിന്നിൽ ആരെങ്കിലും തന്നെ പിന്തുടർന്ന് വരുന്നുണ്ടോ എന്നറിയാൻ അവൻ ഇടയ്ക്ക് തിരിഞ്ഞു നോക്കിക്കൊണ്ടാണ് വണ്ടി ഓടിക്കുന്നത്.

ഒരു വളവിൽ പോലീസുകാർ ഹെൽമറ്റ് ഇല്ലാത്തവരെ തടയുന്നുണ്ടായിരുന്നു.അതി വേഗത്തിൽ പാഞ്ഞുവരുന്ന നിബിന്റെ വണ്ടി അവർ തടഞ്ഞു.

"നിർത്ത് നിർത്ത് ഹെൽമറ്റ് എവിടെ" കൈകാണിച്ച് വണ്ടി നിർത്തിച്ച് കൊണ്ട് കോൺസ്റ്റബിൾ തിരക്കി.

ഹെൽമറ്റ് എടുക്കാത്തത് കൊണ്ട് നിബിൻ ഒന്ന് പരുങ്ങി.

"ലൈസൻസും ബുക്കും പേപ്പറുമൊക്കെ എടുത്ത് കൊണ്ട് ഇങ്ങിറങ്ങി വാ"

അത് കൂടി കേട്ടപ്പോൾ നിബിൻ ആകെ പേടിച്ചു.

അവന് ലൈസൻസ് ഇല്ല എന്നും പ്രായപൂർത്തിയായിട്ടില്ല എന്നും പോലീസുകാർക്ക് മനസ്സിലായി. മാത്രമല്ല വണ്ടി മറ്റൊരാളുടേത് ആയിരുന്നു.ഈ സമയത്ത് മധ്യവയസ്കയെ ഇടിച്ചിട്ട ശേഷം നിർത്താതെപോയ വണ്ടിയെ കുറിച്ചുള്ള വയർലെസ് സന്ദേശം പോലീസുകാർക്ക് ലഭിച്ചു.ചോദ്യം ചെയ്തതിൽ നിന്നും അത് നിബിൻ ആണെന്ന് പോലീസുകാർ മനസ്സിലാക്കി. വണ്ടിയുടെ ഉടമസ്ഥതയായ ഭാമയുടെ വിവരങ്ങൾ അവന്റെ കയ്യിൽ നിന്നും എസ് ഐ ജോസഫ് വാങ്ങി.

ചെറുപ്പക്കാരിയും സുന്ദരിയും ആണ് ഭാമ എന്ന പെൺകുട്ടി.കിച്ചണിൽ പതിവ് ജോലികളിൽ മുഴുകിയിരിക്കുകയാണ്അവൾ. ഡൈനിങ് ടേബിളിൽ ഇരിക്കുന്ന മൊബൈൽ റിങ് ചെയ്യുന്ന ശബ്ദം കേട്ട് ഭാമ അങ്ങോട്ട് പോയി. ഫോൺ എടുത്തു നോക്കിയപ്പോൾ പരിചയമില്ലാത്ത നമ്പർ.

"ഹലോ"

മറുവശത്ത് എസ് ഐ ഐസക് ആയിരുന്നു.ഭാമയുടെ വണ്ടി ഇന്ന് ആർക്കെങ്കിലും ഓടിക്കാൻ കൊടുത്തിരുന്നോ എന്ന് ഐസക് തിരക്കി.

"വീടിനടുത്തുള്ള പയ്യന് അത്യാവശ്യമായി ആശുപത്രിയിൽ ബ്ലഡ് കൊടുക്കാൻ പോകണം എന്ന് പറഞ്ഞപ്പോൾ വണ്ടി കൊടുത്തു. എന്തെങ്കിലും പ്രശ്നം ഉണ്ടോ സാർ?" തെല്ല് ഭയത്തോടെ ഭാമ ചോദിച്ചു.

"ഹെൽമറ്റ് ഇല്ലാതെ വണ്ടി ഓടിച്ചതിന് രാവിലെ അയാളെ തടഞ്ഞു. പക്ഷേ പ്രശ്നം അതല്ല. അവൻ ഒരു സ്ത്രീയുടെ ദേഹത്ത് വണ്ടി തട്ടിയിട്ട് നിർത്താതെ പോയി. അവരുടെ ബന്ധുക്കൾ പരാതി നൽകിയിട്ടുണ്ട്. അവന് ലൈസൻസ് ഇല്ലെന്നകാര്യം ഭാമയ്ക്ക് അറിയില്ലായിരുന്നോ?"

ആശുപത്രി കാര്യം ആയതുകൊണ്ട് അതത്ര കാര്യമായി എടുത്തില്ല എന്ന് ഭാമ പറഞ്ഞു. പക്ഷേ പയ്യൻ മൈനർ ആയതുകൊണ്ട് ഭാമക്കെതിരെ കേസെടുക്കേണ്ടി വരും എന്ന് എസ്ഐ ഐസക് പറഞ്ഞപ്പോൾ ഭാമക്ക് ഷോക്കായി.

ഭാമ ഗൾഫിൽ പോകാനുള്ള കാര്യങ്ങൾ ഒക്കെ ശരിയാക്കി കൊണ്ടിരിക്കുന്ന സമയമാണ്. ഈ സമയത്ത് ഇങ്ങനെ ഒരു കേസ് വന്നാൽ അത് അവളുടെ ഗൾഫിൽ പോക്കിനെ ബാധിക്കും. മാത്രമല്ല കുറെനാൾ കോടതി കയറി ഇറങ്ങേണ്ടി വരും.ഇത് കേസ് ആക്കാതെ ഇരിക്കാൻ എന്തെങ്കിലും മാർഗം ഉണ്ടോ എന്ന് ഭാമ എസ്ഐയോട് ചോദിച്ചു.

"ഈ കേസിൽ നിന്ന് ഭാമയെ ഞാൻ ഒഴിവാക്കി തരാം. പകരം ലൈസൻസുള്ള ഒരാൾ പ്രതിയാകും. സ്ത്രീക്ക് ഇൻഷുറൻസ് തുക വാങ്ങി കൊടുക്കുകയും ചെയ്യാം. കേസും പ്രശ്നങ്ങളും ഒന്നും ഇല്ലാതെ ഭാമയ്ക്ക് ഗൾഫിലും പോകാം. ഇത്രയുമൊക്കെ സഹായം ഞാൻ ഭാമയ്ക്ക് ചെയ്യുമ്പോൾ തിരിച്ച് എനിക്ക് എന്ത് പ്രത്യുപകാരം ആണ് ചെയ്യുന്നത്"

എസ് ഐ ഉദ്ദേശിച്ചത് പണമാണെന്ന് കരുതി അവൾ എത്ര പണം വേണം എന്ന് ചോദിച്ചു. പക്ഷേ ഐസക്കിന് വേണ്ടിയിരുന്നത് പണം ആയിരുന്നില്ല. കേസിനെ പറ്റി കുറച്ചു കാര്യങ്ങൾ സംസാരിക്കാനുണ്ട് അതിനായിട്ട് തന്റെ വീട്ടിലേക്ക്

വരാൻ ഐസക് അവളോട് ആവശ്യപ്പെട്ടു.

എന്നാൽ സ്റ്റേഷനിലേക്ക് വരാം എന്നായിരുന്നു അവളുടെ മറുപടി. സ്റ്റേഷനിലേക്ക് ചെന്നാൽ കാര്യങ്ങൾ നിയമത്തിന്റെ വഴിക്ക് പോകുമെന്നും കാര്യങ്ങൾ സോൾവ് ചെയ്യണം എങ്കിൽ തന്റെ വീട്ടിലേക്ക് വരണമെന്നും ഐസക് ഉറപ്പിച്ച് പറഞ്ഞു.

എന്ത് പറയണം എന്നറിയാതെ അവൾ നിശബ്ദമായി നിന്നു. ഒരുപാട് നാളത്തെ ശ്രമത്തിന്റെ ഫലം ആയിട്ടാണ് ഇപ്പോൾ ഗൾഫിൽ പോകാനുള്ള വിസ റെഡി ആയത്.ഇത് എങ്ങനെയും കേസ് ആക്കാതെ പോവുകയും വേണം അഭിമാനം നഷ്ടപ്പെടാനും പാടില്ല.എന്ത് ചെയ്യണമെന്നറിയാതെ അവൾ കുഴഞ്ഞു.

കേസ് ആയാൽ ഭാമ ഒത്തിരി ബുദ്ധിമുട്ടേണ്ടി വരും എന്ന് ഐസക്ക് ഭീഷണി മുഴക്കി. ഭാമയോട് ആലോചിക്കാനും കുറച്ചു കഴിഞ്ഞ് വീണ്ടും വിളിക്കാം എന്നും പറഞ്ഞ് ഐസക് കാൾ കട്ടാക്കി.

ഭാമ ആകെ വിയർക്കാൻ തുടങ്ങി. ജീവിതത്തിൽ ആദ്യമായാണ് ഇങ്ങനെ ഒരു അവസ്ഥ നേരിടുന്നത് .മാതാപിതാക്കളോടൊപ്പമാണ് ഭാമ ആ വീട്ടിൽ താമസിക്കുന്നത്. അവളുടെ സഹോദരി ഗർഭിണിയാണ്. പ്രസവം ഇന്നുണ്ടാകും എന്നറിഞ്ഞിട്ട് കോട്ടയത്തെ ആശുപത്രിയിൽ അവളോടൊപ്പം പോയിരിക്കുകയാണ് ഭാമയുടെ മാതാപിതാക്കൾ.

സഹോദരിയെ വിവാഹം കഴിപ്പിച്ച് വിട്ടത് കോട്ടയത്താണ്. പ്രസവം കഴിഞ്ഞിട്ടേ അവർ മടങ്ങി വരുള്ളൂ. അയൽവാസികളുമായി നല്ല ലോഹ്യത്തിൽ ആയതിനാൽ ഒന്നോ രണ്ടോ ദിവസമൊക്കെ തനിച്ച് നിൽക്കാൻ അവൾക്ക് പേടിയൊന്നുമില്ല. പക്ഷെ ഇങ്ങനെ ഒരു പുലിവാല് പിടിക്കേണ്ടി വരുമെന്ന് അവൾ പ്രതീക്ഷിച്ചില്ല.

എസ് ഐ ഐസക് അയാൾക്ക് വീണുകിട്ടിയ അവസരം ശരിക്കും മുതലെടുക്കുകയായിരുന്നു .ഭാമക്ക് മറ്റ് വഴികൾ ഒന്നും തന്നെ ഇല്ല എന്ന് അയാൾക്കറിയാമായിരുന്നു. ഇതുപോലെയുള്ള എത്രയോ കേസുകളിൽ എത്രയോ പെൺപിള്ളേരെ തന്റെ വരുതിക്ക് കൊണ്ട് വന്നിരിക്കുന്നു. നന്നായിട്ടൊന്നു പേടിപ്പിച്ചാൽ ഇവർക്കൊന്നും താൻ പറയുന്നത് സമ്മതിക്കാതെ മറ്റ് മാർഗം ഉണ്ടാവില്ലെന്നാണ് ഐസക്കിന്റെ വിശ്വാസം. ഏറെക്കുറെ ഇതുവരെ അങ്ങനെയാണ് സംഭവിച്ചിട്ടുള്ളത്. സൽപ്പേര് സമ്പാദിക്കുകയൊന്നുമല്ല ഐസക്കിന്റെ ലക്ഷ്യം. തന്റെ അധികാരത്തിന്റെ മറവിൽ ഇതുപോലുള്ള കൊള്ളരുതായ്മകൾ ചെയ്തു കൂട്ടുക എന്നത് മാത്രമാണ്. ഭാര്യയെയും മക്കളെയും നാട്ടിൽ നിർത്തി ഇവിടെ വന്നു വാടകയ്ക്ക് ഒറ്റക്ക് താമസിക്കുന്നതും അതിനൊക്കെ വേണ്ടിയിട്ടാണ്.

ഭാമക്ക് ചിന്തിക്കാനുള്ള സമയം കൊടുത്ത ശേഷം ജോസഫ് വീണ്ടും അവളുടെ മൊബൈലിലേക്ക് വിളിച്ചു.

ഭയത്തോടെയാണ് അവൾ ജോസഫിന്റെ കോൾ എടുത്തത്.

" എന്താ ആലോചിച്ചോ?"

കോൾ എടുത്തതും കേട്ട ശബ്ദം അതായിരുന്നു.

"സാർ ഞാൻ സ്റ്റേഷനിൽ വന്നാൽ മതിയോ"വിഷമത്തോടെയാണ് അവൾ അത് ചോദിച്ചത്.

"സ്റ്റേഷനിൽ വന്നാൽ ഉള്ള അവസ്ഥയെ കുറിച്ച് ഞാൻ നേരത്തെ പറഞ്ഞല്ലോ. ഭാമയ്ക്ക് ഇത് പരിഹരിക്കാൻ താല്പര്യമുണ്ടെങ്കിൽ എന്റെ വീട്ടിലേക്ക് വരുന്നതാണ് നല്ലത്"

ഭാമ ഒന്നും മിണ്ടാതെ നിന്നു. മാതാപിതാക്കൾ സഹോദരിയുടെ പ്രസവവുമായി ബന്ധപ്പെട്ട്

ആശുപത്രിയിൽ പോയിരിക്കുന്ന സമയം ആയിരുന്നു അത്. അവളുടെ വീട്ടിൽ ആളില്ലാത്തത് കൊണ്ട് അങ്ങോട്ട് വരട്ടെ എന്ന് ഐസക്ക് ചോദിച്ചു. അതു കേട്ടപ്പോൾ അവളുടെ ഭയം ഇരട്ടിച്ചു. ഒടുവിൽ ഗത്യന്തരമില്ലാതെ ഐസക്കിന്റെ വീട്ടിൽ ചെല്ലാം എന്ന് അവൾ സമ്മതിച്ചു. വീട്ടിലേക്കുള്ള വഴിയുടെ റൂട്ട് മാപ് അവളുടെ മൊബൈൽ അയച്ചുകൊടുത്തു.

അവൾ വരുന്നതും കാത്ത് അയ്യാൾ സ്വപ്നവും കണ്ടിരുന്നു. സമയം കടന്നു പോയി. ബോറടി മാറ്റാൻ വേണ്ടി ഐസക്ക് ടെലിവിഷൻ ഓണാക്കി. ന്യൂസ് ചാനലിലെ വാർത്ത കണ്ട് ഐസക് ഞെട്ടി. നോർത്ത് സ്റ്റേഷനിലെ എസ്ഐ ഐസക്ക് ഭാമ എന്ന അവിവാഹിതയായ പെൺകുട്ടിയോട് അപമര്യാദയായി പെരുമാറി എന്നും അനാശാസ്യത്തിന് വേണ്ടി വീട്ടിലേക്ക് ക്ഷണിച്ചു എന്നും ആയിരുന്നു വാർത്തയിൽ. ഒപ്പം ഭാമ മൊബൈലിൽ പകർത്തിയ സംഭാഷണത്തിന്റെ ശബ്ദവും ഉണ്ടായിരുന്നു. അവൾ തന്നെ ചതിച്ചു എന്ന് ഐസക്കിന് ബോധ്യമായി. കയ്യിലിരുന്ന ടിവിയുടെ റിമോട്ട് ദേഷ്യത്തിൽ അയ്യാൾ വലിച്ചെറിഞ്ഞു. പെൺകുട്ടിയോട് അപമര്യാദയായി പെരുമാറിയതിന് ഐസക് സസ്പെൻഷനിലായി. തന്നെ ചതിച്ചവളോട് അയാൾക്ക് എന്തെന്നില്ലാത്ത ദേഷ്യമായി.

ഐസക് ഭാമയെ ഫോണിൽ വിളിച്ച് ഭീഷണിപ്പെടുത്തി. സസ്പെൻഷൻ തനിക്ക് ജീവിതത്തിൽ ആദ്യമായി കിട്ടുന്നത് അല്ലെന്നും വീണ്ടും ജോലിയിൽ പ്രവേശിക്കും എന്നും അപ്പോൾ ഇതിന്റെ ഇരട്ടിയായി പ്രതികാരം ചെയ്യുമെന്നും അയാൾ ദേഷ്യപ്പെട്ടു പറഞ്ഞു.എന്നാൽ ഭാമ അത് കാര്യമായി എടുത്തില്ല.ഇപ്പോൾ അവൾക്ക് കുറച്ച് ധൈര്യം വന്നു തുടങ്ങിയിട്ടുണ്ട്.

ആശുപത്രി കാര്യങ്ങൾ കഴിഞ്ഞ് അവളുടെ മാതാപിതാക്കൾ രാവിലെ വീട്ടിലേക്ക് ഒരു ടാക്സിയിൽ

എത്തി. അമ്മ അജിത ഹോണിങ് ബെൽ അമർത്തി. ആരും വാതിൽ തുറക്കാത്തതിനാൽ സംശയം തോന്നിയ ഭാമയുടെ അച്ഛൻ വിക്രമൻ പിള്ള വാതിലിൽ പതിയെ തള്ളി. അകത്തു നിന്ന് അടച്ചിട്ടില്ലായിരുന്ന വാതിൽ തുറന്നു. അകത്തേക്ക് പ്രവേശിക്കാൻ ശ്രമിച്ച അവർ ഹാളിൽ നിലത്ത് തലയ്ക്കടിയേറ്റ് മരണപ്പെട്ട നിലയിൽ ഭാമയുടെ മൃതദേഹം കണ്ടു ഞെട്ടി. ഭാമയുടെ അമ്മ അജിത അപ്പോൾ തന്നെ ബോധരഹിതയായി. കുഴഞ്ഞു വീഴാൻ പോയ അജിതയെ വിക്രമൻ പിള്ള താങ്ങിപ്പിടിച്ചു. അപ്പോഴത്തെ മാനസികാവസ്ഥയിൽ എന്ത് ചെയ്യണമെന്നറിയാതെ ഭയന്നുപോയ വിക്രമൻ പിള്ള എങ്ങനെയൊക്കെയോ സംഭവം പോലീസിൽ അറിയിച്ചു.

പൊലീസുകാരും ഫോറൻസികും സംഭവ സ്ഥലത്തെത്തി പരിശോധന നടത്തി. ഭാമയുടെ തലയ്ക്കടിക്കാൻ ഉപയോഗിച്ച നിലവിളക്ക് സമീപത്ത് കിടപ്പുണ്ടായിരുന്നു. അതിൽ രക്തക്കറ പറ്റിയിട്ടുണ്ട്. ഫോറൻസിക്കുകാർ ഭാമയുടെ മുറി വിശദമായി പരിശോധിച്ചു.മുറിയിലെ അവളുടെ ഒരു ഫേസ് ക്രീമിന്റെ ഡപ്പിയിൽ തെറിച്ച് വീണിരിക്കുന്ന വിയർപ്പുതുള്ളികൾ അവർ പരിശോധനയ്ക്ക് എടുത്തു.

അണ്ടർകവർ ഉദ്യോഗസ്ഥരായ ആദി ദേവിനും കാശ്മീരക്കും ആണ് കേസിന്റെ അന്വേഷണ ചുമതല.അവരുടെ സംശയം ആദ്യം ചെന്ന് നിന്നത് എസ് ഐ ഐസക്കിൽ ആയിരുന്നു.

ഭാമയോട് അയാൾ ഭീഷണി മുഴക്കിയിരുന്നു. മാത്രമല്ല അവളോട് പ്രതികാരം ഉള്ള ഏക വ്യക്തി അയാൾ മാത്രമായിരുന്നു.അതുകൊണ്ട് തന്നെയാണ് അവർ ഐസക്കിനെ ചോദ്യം ചെയ്യാൻ തീരുമാനിച്ചത്.

എന്നാൽ എത്ര ചോദിച്ചിട്ടും അവളെ കൊന്നത് താനല്ല എന്നായിരുന്നു ഐസക്കിന്റെ മറുപടി. അന്നത്തെ

ദേഷ്യത്തിന് അവളെ വിളിച്ച് എന്തൊക്കെയോ പറഞ്ഞു എന്നല്ലാതെ കൊല്ലാൻ വേണ്ടി ഉള്ള പ്രതികാരം ഒന്നും ഇല്ലായിരുന്നു എന്ന് ഐസക് പറഞ്ഞു. പക്ഷേ അവളുടെ മാതാപിതാക്കൾക്ക് ഐസക്കിനെ ആയിരുന്നു സംശയം.കാരണം അവൾക്ക് മറ്റ് ശത്രുക്കൾ ആരും തന്നെ ഉണ്ടായിരുന്നില്ല.

"ഞാനൊരു പോലീസുകാരൻ അല്ലേ.പക ഉണ്ടെങ്കിൽ പോലും ഇങ്ങനെ ഒരു അവസരത്തിൽ അത് വീട്ടാൻ തുനിയുമോ. ഈ അവസരം മുതലെടുത്ത് മറ്റാരോ ആണ് അത് ചെയ്തത്.ചിലപ്പോൾ എന്നെ കുടുക്കാൻ വേണ്ടി ആകും"

അത് ശരിയാണെന്ന് ആദിക്കും തോന്നി.പെട്ടെന്ന് ഒരു മണ്ടത്തരം എന്തായാലും ഐസക് കാണിക്കില്ല. ഭാമയുമായി അടുത്ത ബന്ധമുള്ള ഓരോരുത്തരെയായി ഉദ്യോഗസ്ഥർ ചോദ്യം ചെയ്യാൻ തുടങ്ങി. ഭാമയ്ക്ക് ജിതിൻ എന്ന ഒരു കാമുകൻ ഉണ്ടായിരുന്നു.അവർ വിവാഹം കഴിക്കാൻ തീരുമാനിച്ചിരിക്കുകയായിരുന്നു. എസ് ഐ ഐസക് അവളോട് അപമര്യാദയായി പെരുമാറിയ ദിവസം അവൾ അക്കാര്യം ജിതിനെ വിളിച്ച് അറിയിച്ചിരുന്നു. ജിതിൻ ആണ് അവളോട് ഇനി ഐസക് വിളിക്കുമ്പോൾ കോൾ റെക്കോർഡ് ചെയ്യാൻ പറഞ്ഞത്. ജിതിൻ പറഞ്ഞത് അനുസരിച്ചാണ് അവൾ പോയി റെക്കോർഡ് ചെയ്തതും ഐസക്കിനെ കുടുക്കിയതും. ഇക്കാര്യം ഐസക്കിന് അറിയാമോ എന്ന് ഉദ്യോഗസ്ഥർ ജിതിനോട് ചോദിച്ചു.

"ഇല്ല എന്നാണ് എന്റെ വിശ്വാസം,ഇതിന് പിന്നിൽ എസ് ഐ ഐസക് ആകാനാണ് സാധ്യത"ജിതിൻ സംശയം പറഞ്ഞു.

"ഐസക്കിനെ ഞങ്ങൾ ചോദ്യം ചെയ്തു. അയാൾ അല്ല ഇത് ചെയ്തിരിക്കുന്നത്.ഒരു മോഷണശ്രമം ഇതിന് പിന്നിൽ

ഉണ്ടോ എന്ന് സംശയമുണ്ട്"

പക്ഷേ അവിടെ നിന്നും ഒന്നും മോഷണം പോയിട്ടില്ല എന്നാണ് ഭാമയുടെ മാതാപിതാക്കൾ പറഞ്ഞത്. ഒരുപക്ഷേ മോഷണ ശ്രമത്തിനിടയിൽ സംഭവിച്ച ഒരു കൈയബദ്ധം ആകാം.പിന്നെ ഒന്നും എടുക്കാൻ നിൽക്കാതെ അയാൾ രക്ഷപ്പെട്ടതും ആവാം.ആ സംശയം ഉന്നയിച്ചത് കാശ്മീരയാണ്.

"അതിന് സാധ്യതയുണ്ട് മരിക്കുന്നതിന് രാവിലെ ബാങ്കിൽ നിന്ന് അഞ്ച് ലക്ഷം രൂപ ഭാമ പിൻവലിച്ചിരുന്നു. ആ പണം അവൾ എന്ത് ചെയ്തു എന്ന് ഒരു പിടിയും ഇല്ല.ഭാമയുടെ മാതാപിതാക്കൾക്കും അതിനെപ്പറ്റി ഒന്നും അറിയില്ല" ആദിക്കും അത് ശരിയാണെന്ന് തോന്നി.

എസ് ഐ ഐസക്ക് ഭാമയെ വിളിച്ച ദിവസം സംഭവിച്ച ഒരു കാര്യത്തെക്കുറിച്ച് ജിതിൻ ഓർത്തു. ഭാമയോട് കോൾ റെക്കോർഡ് ചെയ്യാൻ പറഞ്ഞ ശേഷം ജിതിൻ അവളുടെ വീട്ടിലേക്ക് ചെന്നു. അവളുടെ മുറിയിൽ ചെന്ന് ഇരുന്ന ശേഷം അവൾ റെക്കോർഡ് ചെയ്ത ക്ലിപ്പ് തന്റെ മൊബൈലിൽ അയച്ചു കൊടുക്കാൻ അവൻ ആവശ്യപ്പെട്ടു. അവൾ അപ്പോൾ തന്നെ അത് അവന്റെ മൊബൈലിൽ അയച്ചു കൊടുത്തു. ജിതിൻ ചാനലിൽ വർക്ക് ചെയ്യുന്ന തന്റെ പരിചയത്തിലുള്ള ഒരു സുഹൃത്തിന് ആ ക്ലിപ്പ് അയച്ചുകൊടുത്തു. അത് കേട്ട ശേഷം ബാക്കി കാര്യങ്ങൾ ചെയ്തു കൊള്ളാൻ ജിതിൻ സുഹൃത്തിനോട് പറഞ്ഞു.

മുറിയിൽ നല്ല ചൂട് ആയിരുന്നതിനാൽ ജിതിൻ വിയർക്കുന്നുണ്ടായിരുന്നു.പെട്ടെന്ന് വിയർക്കുന്ന ശരീര പ്രകൃതിയാണ് ജിതിന്റേത്.

"എന്തൊരു ചൂട് നീയാ എ സി ഓണാക്കൂ"

"അത് ഒരാഴ്ച്ചയായിട്ടു പ്രവർത്തിക്കുന്നില്ല,നന്നാക്കുന്ന ആരെങ്കിലും ഉണ്ടെങ്കിൽ പറഞ്ഞു വിടാൻ ഞാൻ ജിതിനോട്

പറയാനിരിക്കുകയായിരുന്നു"

എ സി കേടായ വിവരം അപ്പോഴാണ് അവൾ അവനോട് പറഞ്ഞത്.ഇലക്ട്രിക് ഷോപ്പിൽ വർക്ക് ചെയ്യുന്ന സുമേഷ് എസി നന്നാക്കുമെന്ന് തോന്നുന്നു. അവനോട് കാര്യം പറയാം എന്ന് പറഞ്ഞ് ജിതിൻ അവിടെ നിന്നും പോയി.

ഷോപ്പിൽ പോയി സുമേഷിനെ കണ്ടു ജിതിൻ കാര്യം പറഞ്ഞു. രണ്ട് മാസമായി വർക്ക് കുറവാണെന്നും കാശിന് ആവശ്യമുണ്ടെന്നും സുമേഷ് ജിതിനോട് പറഞ്ഞിരുന്നു. വീട്ടിൽ പണം ഉണ്ടെന്ന് അറിഞ്ഞു ഇനി അവൻ എങ്ങാനും ആകുമോ ഭാമയെ കൊലപ്പെടുത്തിയതെന്ന് ജിതിൻ ഉദ്യോഗസ്ഥരോട് സംശയം പറഞ്ഞു.

വൈകാതെ തന്നെ ആദിയും കാശ്മീരയും സുമേഷിന്റെ ഇലക്ട്രിക് ഷോപ്പിലെത്തി.ഷോപ്പ് തുറന്നിട്ടില്ലായിരുന്നു.

"രണ്ട് ദിവസമായി ഷോപ്പ് തുറക്കുന്നില്ല എന്തെങ്കിലും നന്നാക്കാൻ ആണെങ്കിൽ ബോർഡിൽ നമ്പർ ഉണ്ട് വിളിച്ചാൽ മതി"

അവരെ കണ്ടു തെറ്റിദ്ധരിച്ച അടുത്ത ഷോപ്പിലെ ഉടമസ്ഥൻ ഉറക്കെ വിളിച്ച് പറഞ്ഞു. കാശ്മീര ബോർഡിൽ കണ്ട നമ്പറിൽ കോൾ ചെയ്തു. പക്ഷേ ആ ഫോൺ സ്വിച്ച് ഓഫ് ചെയ്തിരിക്കുകയായിരുന്നു. അതിൽ നിന്നും എന്തോ കള്ളത്തരം ഉള്ളതായി അവർക്ക് ബോധ്യമായി. സുമേഷിന് വേണ്ടിയുള്ള തിരച്ചിൽ അവർ തുടർന്നു.

കുറ്റകൃത്യം ചെയ്ത ശേഷം പണവുമായി സുമേഷ് കടന്നു കളഞ്ഞു എന്ന് ആദിയും കാശ്മീരയും ഉറച്ച് വിശ്വസിച്ചു. നഗരത്തിലെ ഒരു മെഡിക്കൽ ഷോപ്പിൽ നിന്നും മരുന്നും വാങ്ങി റോഡിലേക്ക് ഇറങ്ങുന്ന സുമേഷിനെ ഒരു ദിവസം അവർ കയ്യോടെ പിടികൂടി.

ഷോപ്പ് തുറക്കാതിരുന്നത് അമ്മയ്ക്ക് സുഖമില്ലാതെ ആശുപത്രിയിൽ ആയിരുന്നതിനാലാണ്. അമ്മയുടെ

തൊണ്ടയിൽ ഒരു മുഴ ഉണ്ടായിരുന്നു അതിന്റെ ഓപ്പറേഷനായിരുന്നു എന്ന് ചോദ്യം ചെയ്യലിൽ സുമേഷ് വെളിപ്പെടുത്തി.

"ഓപ്പറേഷനിൽ ഒരുപാട് കാശായി കാണുമല്ലോ? അർത്ഥം വച്ചുള്ള കാശ്മീരയുടെ ചോദ്യം.

ഭാര്യയുടെ മാലയും വളയും പണയം വെച്ചു എന്നാണ് സുമേഷ് മറുപടി പറഞ്ഞത്.അത് വിശ്വസിക്കാൻ അവർ തയ്യാറായില്ല.

അമ്മയുടെ ഓപ്പറേഷന് ഭാര്യയുടെ മാലയും വളയും പണയം വെക്കേണ്ട കാര്യമില്ലെന്നും ആവശ്യത്തിനുള്ള പണമൊക്കെ സുമേഷിന്റെ പക്കലുണ്ടെന്നും അവർ പറഞ്ഞപ്പോൾ സുമേഷിന് അത്ഭുതമാണ് തോന്നിയത്. ഭാമയുടെ വീട്ടിൽ നിന്നെടുത്ത അഞ്ചു ലക്ഷം രൂപ എന്ത് ചെയ്തു എന്ന് കാശ്മീര ചോദിച്ചു.

"5 ലക്ഷം രൂപയോ എനിക്കറിയില്ല സർ. ഞാൻ അവിടെ എ സി നന്നാക്കാൻ പോയിരുന്നു എന്നത് സത്യമാണ്. ജോലി കഴിഞ്ഞ് പണവും വാങ്ങി ഞാൻ വീട്ടിലേക്ക് പോയി. തൊട്ടടുത്ത ദിവസം ന്യൂസിൽ കണ്ടപ്പോഴാണ് അവർ മരിച്ച വിവരം ഞാനറിയുന്നത്. പണത്തിന് ആവശ്യം ഉണ്ടായിരുന്നു എന്നത് സത്യം തന്നെ. പക്ഷേ മോഷ്ടിക്കാനുള്ള ധൈര്യം ഒന്നും എനിക്കില്ല സാർ. വേണമെങ്കിൽ ബാങ്കിൽ അന്വേഷിച്ചു നോക്കൂ ഞാൻ പണയം വച്ച കാര്യം അപ്പോൾ അറിയാമല്ലോ"

"അത് നിങ്ങൾ പറയുന്നതിന് മുൻപേ ഞങ്ങൾ അന്വേഷിച്ചു. ഞങ്ങളെ തെറ്റിദ്ധരിപ്പിക്കാൻ വേണ്ടിയും വേണമെങ്കിൽ അങ്ങനെ ചെയ്യാമല്ലോ"കാശ്മീര സുമേഷിന്റെ കണ്ണുകളിലേക്ക് നോക്കി പറഞ്ഞു.

അന്നേ ദിവസം അമ്മയെയും കൊണ്ട് ആശുപത്രിയിൽ പോയതിന്റെ തെളിവുകൾ സുമേഷിന്റെ പക്കൽ

ഉണ്ടായിരുന്നു. അത് ഹാജരാക്കാം എന്ന് അവരോട് പറഞ്ഞു. എപ്പോൾ വിളിച്ചാലും വരണം എന്ന ഉറപ്പോടു കൂടി കൂടി അവർ സുമേഷിനെ വിട്ടയച്ചു.

എ സി നന്നാക്കി പോകാൻ നേരം അലമാരിയിൽ നിന്നും 5 ലക്ഷം രൂപ ഇരുന്ന ബാഗിൽ നിന്നും ആണ് അവൾ സുമേഷിന് പണം നൽകിയത്. ആ വിവരം സുമേഷ് പറയുകയും ചെയ്തു. അവൾ ബാങ്കിൽ നിന്ന് എടുത്ത പണം അപ്പോൾ അവിടെത്തന്നെ ഉണ്ടായിരുന്നു എന്ന് ഉദ്യോഗസ്ഥർ ഉറപ്പിച്ചു. ഈ 5 ലക്ഷം രൂപയെ കുറച്ച് അവളുടെ മാതാപിതാക്കൾക്ക് യാതൊരു അറിവും ഉണ്ടായിരുന്നില്ല. എന്തിനായിരിക്കും അവൾ ബാങ്കിൽ നിന്നും പണം പിൻവലിച്ചത്. ഒരു പക്ഷേ അവളുടെ വണ്ടി തട്ടിയ സ്ത്രീക്ക് പണം കൊടുത്തു കേസ് ഒഴിവാക്കാൻ വേണ്ടിയായിരിക്കണം എന്നൊരു സംശയം ആദിക്ക് ഉണ്ടായി.

പിൻവശത്തെ വാതിൽ തകർത്താണ് കൊലയാളി അകത്തു പ്രവേശിച്ചിരിക്കുന്നത്.അതുകൊണ്ടുതന്നെ അയാൾ ഒരു കള്ളൻ ആകാനാണ് സാധ്യത എന്നാണ് ഉദ്യോഗസ്ഥരുടെ നിഗമനം.

"കൊലയാളി ആ പരിസരത്ത് തന്നെയുള്ള ഒരാളായി കൂടെ. വീട്ടിൽ അവൾ ഒറ്റയ്ക്കാണെന്ന് മനസ്സിലാക്കി അവസരം മുതലെടുത്ത് ഒരു മോഷണ ശ്രമം നടത്തിയതാകാം. ഒന്നുകിൽ രക്ഷപ്പെടാൻ വേണ്ടിയുള്ള ശ്രമത്തിനിടയിൽ അബദ്ധത്തിൽ സംഭവിച്ചത് അല്ലെങ്കിൽ താനാരാണെന്ന് ഭാമ മനസിലാക്കിയപ്പോൾ മനപ്പൂർവ്വം കൊലപ്പെടുത്തിയതകാം"കാശ്മീര തന്റെ സംശയം പറഞ്ഞു.

അധികം വൈകാതെ തന്നെ ഫോറൻസിക്കിൽ നിന്നും ഫിംഗർ പ്രിന്റ് ഡീറ്റെയിൽസും ഡിഎൻഎ ടെസ്റ്റ് റിസൽട്ടും വന്നു. കലൂർ ഉള്ള വേണു കുട്ടൻ എന്നയാളുമായി ഫിംഗർ പ്രിന്റ് മാച്ചായി. ഉദ്യോഗസ്ഥർ അയാളെ അന്വേഷിച്ചു വീട്ടിൽ

ചെന്നു.പക്ഷേ വീട് പൂട്ടിയിരിക്കുകയായിരുന്നു. അയാൾ വല്ലപ്പോഴും മാത്രമേ അവിടെ വരാറുള്ളൂ എന്നാണ് സമീപവാസികളോട് ചോദിച്ചപ്പോൾ അവർ പറഞ്ഞത്. ചിലർ അയാളെ കുറിച്ചുള്ള മറ്റു ചില സംശയങ്ങളും പറഞ്ഞു. അടുത്തുള്ള ഒരു കാട്ടു പ്രദേശത്ത് കള്ള വാറ്റ് ഉണ്ടാക്കുന്ന ഒരു സംഘം ഉണ്ട് വേണുക്കുട്ടൻ അതിൽ പ്രധാനിയാണ് എന്നാണ് സമീപത്തുള്ള ചില വ്യക്തികൾ ഉദ്യോഗസ്ഥരോട് രഹസ്യമായി പറഞ്ഞത്. അതിന്റെ അടിസ്ഥാനത്തിൽ ഉദ്യോഗസ്ഥർ ഒരു അന്വേഷണം നടത്തി.

കയ്യിൽ തോക്കുമായി ആദിയും കാശ്മീരയും മറ്റ് രണ്ട് ഉദ്യോഗസ്ഥരും നാട്ടുകാർ പറഞ്ഞ കാട്ടു ദേശത്തേക്കു പോയി. അവരുടെ സംശയം ശരിയായിരുന്നു. വേണു കുട്ടനും മറ്റ് കൂട്ടാളികളും ചേർന്ന് കള്ള വാറ്റ് ഉണ്ടാക്കുന്നത് അകലെനിന്നും ഉദ്യോഗസ്ഥർ കണ്ടു. ആദി വാറ്റ് ഉണ്ടാക്കി കൊണ്ടിരുന്ന കലത്തിൽ വെടിവെച്ചു. വേണുക്കുട്ടനോട് ഒപ്പമുണ്ടായിരുന്ന മറ്റ് രണ്ടുപേർ അപ്പോൾ തന്നെ പേടിച്ച് ഓടി. ഉദ്യോഗസ്ഥർ അടുത്ത തീയേറ്റർ മണിക്കുട്ടൻ ഓടി രക്ഷപ്പെടാൻ ശ്രമിച്ചു.പക്ഷേ ആദിയും കാശ്മീരയും ചേർന്ന് വേണുക്കുട്ടനെ തോക്കുചൂണ്ടി കീഴ്പ്പെടുത്തി.

"അയ്യോ സാറേ വെടി വെക്കല്ലേ" വേണുക്കുട്ടൻ ഇരുകൈകൾ ഉയർത്തി അപേക്ഷ സ്വരത്തിൽ പറഞ്ഞു. തോക്ക് കണ്ടപ്പോൾ വേണുക്കുട്ടൻ ശരിക്കും ഭയന്നു പോയി. അവിടെ ഉണ്ടായിരുന്ന വാറ്റ് കലങ്ങൾ എല്ലാം ഉദ്യോഗസ്ഥർ നശിപ്പിച്ചു. അതിനുശേഷം വേണു കുട്ടനെ അറസ്റ്റ് ചെയ്ത് ചോദ്യം ചെയ്യാനായി കൊണ്ടുപോയി.

"സത്യമായിട്ടും ഞാൻ വാറ്റില്ല, അമ്മച്ചിയാണേ സത്യം" കൈകൾ കൂപ്പി കൊണ്ട് വേണുക്കുട്ടൻ അപേക്ഷിച്ചു.

"ചാരായം വാറ്റിയതിനാണ് നിന്നെ ഇവിടെ കൊണ്ടുവന്നത് എന്ന് ആരാ പറഞ്ഞത്? ഒരു കൊലപാതകവും ചെയ്തിട്ട്

ഒന്നുമറിയാത്തതുപോലെ കള്ളവാറ്റ് ഉണ്ടാക്കി സുഖിക്കുകയാണ് അല്ലേ?" ആദി അങ്ങനെ പറഞ്ഞപ്പോഴാണ് തന്നെ പോലീസുകാർ കൊണ്ടുവന്നിരിക്കുന്നത് കള്ളവാറ്റ് ഉണ്ടാക്കിയതിനല്ല എന്നകാര്യം വേണുക്കുട്ടൻ മനസ്സിലാക്കുന്നത്.

"കൊലപാതകമോ ഞാനോ സത്യമായിട്ടും എനിക്ക് ഒന്നും അറിയില്ല സാർ"

"കൊല്ലപ്പെട്ട ഭാമയുടെ വീട്ടിൽ നിന്ന് കിട്ടിയ വിരലടയാളം വെച്ചിട്ടാണ് ഞങ്ങൾ നിങ്ങളെ അറസ്റ്റ് ചെയ്തത്"കാശ്മീര വേണുക്കുട്ടനോട് പറഞ്ഞു

"അത് എന്റെ വിരലടയാളം ആണെന്ന് നിങ്ങൾ എങ്ങനെ ഉറപ്പിച്ചു"വേണുക്കുട്ടൻ സംശയം ആരാഞ്ഞു.

"ആധാർ കാർഡ് എടുത്ത സമയത്ത് വിരലടയാളം കൊടുത്തത് ഓർക്കുന്നുണ്ടോ? അത് ധാരാളം മതി ഒരു കൊലയാളിയെ കണ്ടെത്താൻ എന്ന കാര്യം വേണു കുട്ടന് അറിയാമോ? കാശ്മീര അത് പറഞ്ഞപ്പോഴാണ് ആധാർകാർഡ് എടുത്തപ്പോൾ വിരലടയാളം കൊടുത്തത് മണ്ടത്തരമായി പോയി എന്ന് വേണുക്കുട്ടന് മനസ്സിലായത്.

സത്യം തുറന്നു പറയുക അല്ലാതെ മറ്റു മാർഗങ്ങൾ വേണുക്കുട്ടന് ഉണ്ടായിരുന്നില്ല. അവരുടെ കയ്യിൽ തെളിവുകൾ ഉള്ളതിനാലും വെറുതെ അടി വാങ്ങി കൂട്ടാൻ വയ്യാത്തതിനാലും സത്യം തുറന്നുപറയാൻ വേണുക്കുട്ടൻ തീരുമാനിച്ചു.

"കയ്യിൽ കാശ് ഒന്നും ഇല്ലാതിരുന്ന സമയത്താണ് ടിവിയിൽ ആ പെൺകുട്ടിയുടെയും എസ്ഐ സാറിന്റെയും ന്യൂസ് ഞാൻ കാണുന്നത്. ആ വീട്ടിൽ പെൺകുട്ടി അപ്പോൾ ഒറ്റക്കാണെന്ന് എനിക്ക് മനസ്സിലായി. നേരത്തെ ചെറിയ മോഷണങ്ങൾ നടത്തി ശീലമുണ്ടായിരുന്നത് കൊണ്ടുതന്നെ ഞാൻ എല്ലാം പ്ലാൻ ചെയ്താണ് പോയത്. പിറകുവശത്തെ

വാതിൽ കുത്തിത്തുറന്ന് ഞാൻ അകത്ത് കയറി. അവൾ ഉറങ്ങി കാണും എന്നാണ് ഞാൻ കരുതിയത്. പക്ഷെ എന്റെ കണക്കുകൂട്ടലുകൾ തെറ്റി. അവൾ ഉണർന്നിരിക്കുകയായിരുന്നു" വേണുക്കുട്ടൻ സംഭവം മുഴുവൻ വിവരിച്ചു.

വേണു കുട്ടൻ ഹാളിൽ പ്രവേശിക്കുമ്പോൾ അവൾ ഫോണിൽ സംസാരിക്കുകയായിരുന്നു. ഹാളിൽ എന്തോ ശബ്ദം ടെസ്റ്റ് ഭാമ കോൾ കട്ടാക്കാതെ ഹാളിലേക്ക് ചെന്നു. അവിടെ നിൽക്കുന്ന വേണു കുട്ടനെ കണ്ട് ഭാമ ഞെട്ടി. ഭാമയുടെ കയ്യിൽ മൊബൈൽ ഇരിക്കുന്നത് കണ്ടു വേണു ഭയന്നു. പരിഭ്രാന്തനായ വേണു പെട്ടെന്ന് രക്ഷപെടാനായി അവിടെ ഇരുന്ന നിലവിളക്കെടുത്ത് ഭാമയുടെ തലക്കടിച്ചു. നിലവിളിച്ചുകൊണ്ട് ഭാമ നിലത്തേക്ക് വീണു. അവളുടെ കയ്യിലിരുന്ന ഫോൺ തറയിലേക്ക് തെറിച്ചുവീണു.

നിലത്ത് വീണ് അവൾ പിടഞ്ഞു മരിക്കുന്നത് അവൻ നോക്കി നിന്നു. പേടിച്ചു വിറച്ച് എന്ത് ചെയ്യണമെന്നറിയാതെ ഒരു ഭ്രാന്തനെപ്പോലെ അവൻ ചുറ്റും നോക്കി. അപ്പോൾ പുറത്ത് ഒരു ബൈക്കിന്റെ ശബ്ദം കേട്ടു. വേണുക്കുട്ടൻ വേഗം പിറകുവശത്തെ വാതിൽ വഴി പുറത്തേക്ക് ഓടി രക്ഷപ്പെട്ടു.

ഇതാണ് അന്ന് രാത്രി സംഭവിച്ചത് എന്ന് വേണുക്കുട്ടൻ ഉദ്യോഗസ്ഥരോട് പറഞ്ഞു. അവിടെനിന്നും മോഷ്ടിച്ച 5 ലക്ഷം രൂപയെ കുറിച്ച് അവർ വേണു കുട്ടനോട് തിരക്കി. എന്നാൽ അവിടെ നിന്നും പണം ഒന്നും എടുത്തില്ലെന്നും എങ്ങനെയെങ്കിലും അവിടെ നിന്ന് രക്ഷപ്പെട്ടാൽ മതിയെന്നായിരുന്നു എന്നും ആണ് വേണുക്കുട്ടൻ മറുപടി പറഞ്ഞത്.

"എനിക്ക് ഒരു കൈയബദ്ധം പറ്റി അത് ഞാൻ സമ്മതിക്കുന്നു.പക്ഷേ പണം ഞാൻ എടുത്തിട്ടില്ല. ആ വണ്ടിയുടെ ശബ്ദം കേട്ടപ്പോൾ തന്നെ ഞാൻ ആകെ പേടിച്ചു

പോയി. അപ്പോൾ തന്നെ ഞാൻ ഓടി രക്ഷപ്പെട്ടു"

"ആ വണ്ടി വന്നത് അവിടെ തന്നെയാണെന്ന് ഉറപ്പാണോ"ആദി ചോദിച്ചു.

"അതേ സാർ ജനാലയിലൂടെ വെളിച്ചം ഞാൻ കണ്ടതാണ്. അതൊരു ബൈക്ക് ആയിരുന്നു. പക്ഷേ വല്ലാത്തൊരു ശബ്ദമായിരുന്നു അതിന്" അന്നത്തെ ഭയം ഇപ്പോഴും വേണുക്കുട്ടന്റെ മുഖത്തുണ്ട്.

കാശ്മീര മൊബൈൽ ഫോൺ എടുത്ത് യൂട്യൂബിൽ നിന്നും കുറച്ച് ബൈക്കുകളുടെ ശബ്ദങ്ങൾ കേൾപ്പിച്ചു. അതിൽ നിന്നും ഒരു ബൈക്കിനെ ശബ്ദം വേണുക്കുട്ടൻ തിരിച്ചറിഞ്ഞു. ഡ്യൂക്ക് ആയിരുന്നു അത്.ആ ബൈക്കിന്റെ ശബ്ദം ഇതിനുമുമ്പ് എവിടെയോ കേട്ടിട്ടുള്ളതായി ഉദ്യോഗസ്ഥർ ഓർക്കുന്നു.

ഭാമ എസ് ഐയുടെ കോൾ റെക്കോർഡ് ചെയ്ത ഓഡിയോ ക്ലിപ്പ് അവർ ഒന്ന് കേട്ട് നോക്കുന്നു.അതിന്റെ അവസാനം ഡ്യൂക്ക് ബൈക്കിന്റെ ശബ്ദം കേൾക്കുന്നു.

ഭാമയുടെ കാമുകനായ ജിതിന് ഡ്യൂക്ക് ബൈക്ക് ഉള്ളതായി ഉദ്യോഗസ്ഥരുടെ ശ്രദ്ധയിൽ പെടുന്നു. അവരുടെ സംശയം ജിതിനിലേക്ക് ചെന്നെത്തുന്നു.

ജിതിനെ ഒരിക്കൽ കൂടി ചോദ്യം ചെയ്യാൻ അവർ തീരുമാനിച്ചു. വിളിപ്പിക്കുകയും ചെയ്തു.

ചോദ്യംചെയ്യൽ മുറിയിലെ ചൂടു കാരണം ജിതിൻ വിയർത്തു തുടങ്ങി. മുറിയിലേക്ക് പ്രവേശിച്ച ആദി ചെയ്തു.

"സോറി ഫാൻ ഓണാക്കാൻ മറന്നുപോയി.നന്നായിട്ട് വിയർത്തു അല്ലേ?" ആദി ഒരു ഗ്ലാസ് വെള്ളം എടുത്ത് ജിതിന് കുടിക്കാൻ കൊടുത്തു. ജിതിൻ വെള്ളം വാങ്ങി കുടിച്ചു.

"ഏതോ കള്ളന്റെ വാക്കുകേട്ട് നിങ്ങളെന്നെ പ്രതിയാക്കാൻ നോക്കുകയാണോ?" ജിതിൻ അവരോട് കയർത്തു.

"അതല്ലേ സത്യം? സംഭവം നടന്ന രാത്രി നിങ്ങൾ അവിടെ പോയില്ലേ.കള്ളം പറയാൻ നോക്കരുത് ഞങ്ങളുടെ കൈയിൽ തെളിവുണ്ട്" ആദി ചോദിച്ചു.

ഒന്നും മറച്ചു വെക്കുന്നതിൽ കാര്യമില്ലെന്ന് ജിതിന് മനസ്സിലായി. ഉണ്ടായ കാര്യങ്ങൾ അവൻ ഉദ്യോഗസ്ഥരോട് പറഞ്ഞു.

സംഭവം നടന്ന രാത്രി ഒരു പാർട്ടി കഴിഞ്ഞ് മടങ്ങി വരുന്ന വഴിക്ക് ജിതിൻ ഭാമയെ ഫോണിൽ വിളിച്ച് സംസാരിച്ചു കൊണ്ടിരിക്കുകയായിരുന്നു.ഭാമക്ക് എന്തോ അപകടം സംഭവിച്ചതായി ജിതിന് മനസ്സിലായി. അപ്പോൾ തന്നെ അവൻ ഭാമയുടെ വീട്ടിലേക്ക് പോയി.

അവിടെയെത്തി ഡോറിൽ മുട്ടിയെങ്കിലും ആരും വാതിൽ തുറന്നില്ല.ജിതിൻ ഭാമയെ ഉറക്കെ വിളിച്ചു നോക്കി. അകത്തുനിന്നും അവളുടെ ശബ്ദമൊന്നും കേട്ടില്ല.ജിതിന് ഭയം തോന്നി. അവൻ ജനാലയിലൂടെ അകത്തേക്ക് നോക്കി. നിലത്ത് ഭാമ മരിച്ചു കിടക്കുന്നത് കണ്ടു അവൻ ഞെട്ടി. എന്ത് ചെയ്യണമെന്ന് അറിയാതെ അവൻ പകച്ചുനിന്നു. പിന്നെ അവിടെ നിൽക്കുന്നത് അപകടമാണെന്ന് മനസ്സിലാക്കി ജിതിൻ അവിടെ നിന്നും തിരിച്ചു പോയി.

എന്നാൽ ജിതിൻ പറഞ്ഞത് വിശ്വസിക്കാൻ ഉദ്യോഗസ്ഥർ തയ്യാറായില്ല.

"വിവാഹം കഴിക്കാൻ തീരുമാനിച്ചു വച്ചിട്ടുള്ള പെൺകുട്ടി കൊല്ലപ്പെട്ടു എന്ന് അറിഞ്ഞിട്ടും അകത്തുകയറി നോക്കുകയോ ആരെയും വിവരമറിയിക്കുകയോ ചെയ്തില്ല എന്ന് പറഞ്ഞാൽ വിശ്വസിക്കാൻ അല്പം ബുദ്ധിമുട്ടുണ്ട്" എന്ന് ആദി ജിതിനോട് പറഞ്ഞു

"ഞാൻ നന്നായി മദ്യപിച്ചിട്ടുണ്ടായിരുന്നു ആ സമയത്ത് പോലീസിനെ വിളിച്ചാൽ അവർ എന്നെ സംശയിക്കുമോ എന്ന് ഞാൻ ഭയന്നു. ഒരു പക്ഷേ നോർമൽ സ്റ്റേജിൽ

ആയിരുന്നെങ്കിൽ ഉറപ്പായും ഞാൻ എന്തെങ്കിലും ചെയ്യുമായിരുന്നു. എസ് ഐ അവളോട് പകരം വീട്ടിയത് ആണെന്ന് ഞാൻ കരുതി.പിന്നെ അവിടെ നിന്നാൽ എന്നെ കേസിൽ കുടുക്കുമോ എന്ന് പേടിച്ചാണ് ഞാൻ തിരിച്ചു പോയത്.അന്നത്തെ രാത്രി ഞാൻ ഉറങ്ങിയിട്ടില്ല"

"അപ്പോൾ 5 ലക്ഷം രൂപ എടുത്തത് ജിതിൻ അല്ലേ?"പണത്തെ പറ്റി കാശ്മീര തിരക്കി.

പണം എടുത്തത് താനല്ലെന്നും തനിക്കതിന്റെ ആവശ്യമില്ലെന്നും അവൾ തന്റെ ഗേൾഫ്രണ്ട് ആണെന്നും അതുകൊണ്ടുതന്നെ ഒരിക്കലും അങ്ങനെ ചെയ്യില്ല എന്നും ആയിരുന്നു അവന്റെ മറുപടി.

"അപ്പോൾ ജിതിൻ വീട്ടിൽ പ്രവേശിച്ചിട്ടും ഇല്ല പണം എടുത്തിട്ടും ഇല്ല, ഇനി ഇത് മാറ്റി പറയരുത്" ആദിയുടെ ചോദ്യത്തിന് ഇല്ല എന്ന് ജിതിൻ തലയാട്ടി.

ആവശ്യമെങ്കിൽ വീണ്ടും വിളിപ്പിക്കും എന്നു പറഞ്ഞ് ജിതിനെ അവർ പറഞ്ഞു വിട്ടു. ജിതിൻ വെള്ളം കുടിച്ച ഗ്ലാസ്സ് ആദി കറിച്ചീഫ് കൊണ്ട് കയ്യിലെടുത്തു. അത് ബുദ്ധിപൂർവ്വമായ ഒരു നീക്കമായിരുന്നു.

ആ ഗ്ലാസ്സിൽ ജിതിന്റെ വിയർപ്പ് തുള്ളി പറ്റിയിട്ടുണ്ടായിരുന്നു. അത് പരിശോധനയ്ക്ക് അയച്ചതിൽ നിന്നും ഒരു കാര്യം വ്യക്തമായി. ഭാമയുടെ മുറിയിൽ നിന്ന് കിട്ടിയ വിയർപ്പ് തുള്ളിയും ജിതിന്റെ വിയർപ്പ് തുള്ളിയും തമ്മിൽ പൊരുത്തപ്പെട്ടു. അതിനർത്ഥം ആ മുറിയിൽ ജിതിൻ പ്രവേശിച്ചു എന്നാണ്. വീടിനകത്ത് ജിതിൻ പ്രവേശിച്ചിട്ടില്ല എന്ന് പറഞ്ഞത് കളവാണ് എന്ന് ഉദ്യോഗസ്ഥർക്ക് ബോധ്യമായി. സംശയ ത്തിന്റെ അടിസ്ഥാനത്തിൽ നിരവധി അന്വേഷണങ്ങൾ അവർ നടത്തി. എല്ലാ തെളിവുകളോടും കൂടി അവർ ജിതിന്റെ വീട്ടിലേക്ക് പോയി.

ഇത്തവണ തന്നെ ചോദ്യം ചെയ്യാൻ അവർ വന്നത് ജിതിന് അത്ര ഇഷ്ടപ്പെട്ടില്ല. മനപ്പൂർവ്വം അവനെ പ്രതിയാക്കാൻ അവർ ശ്രമിക്കുകയാണ് എന്നായിരുന്നു അവന്റെ വാദം.
എന്നാൽ ഏതാണ്ട് 5 ലക്ഷം രൂപ അടുപ്പിച്ച് വിലവരുന്ന ഒരു മാരുതി കാർ ജിതിൻ അടുത്തിടെ ബുക്ക് ചെയ്തിരുന്നു. അഡ്വാൻസ് ആയിട്ട് 5000 രൂപയും നൽകിയിരുന്നു. ബാക്കി തുക അടച്ച് ഈ ആഴ്ച വണ്ടി ഇറക്കാൻ ഇരിക്കുമ്പോഴാണ് ഈ സംഭവങ്ങൾ എല്ലാം നടന്നത്.ബാക്കി പണം റെഡി ആക്കിയോ?"ആദിയുടെ ചോദ്യത്തിനു മുന്നിൽ ജിതിൻ ഒന്ന് പതറി.

ഒരു സുഹൃത്ത് തനിക്ക് പണം തന്ന് സഹായിക്കാം എന്ന് പറഞ്ഞിരുന്നതായി ജിതിൻ ഒരു കള്ളം പറഞ്ഞു.

"അങ്ങനെ ഒരു സുഹൃത്ത് ഇല്ല എന്ന് ജിതിനും അറിയാം ഞങ്ങൾക്കും അറിയാം. കാർ വാങ്ങാൻ 5 ലക്ഷം രൂപ തരാമെന്ന് ഭാമ പറഞ്ഞു.അതിനു വേണ്ടിയാണ് അവൾ ബാങ്കിൽ നിന്നും പണം പിൻവലിച്ചത്" കാശ്മീര പറഞ്ഞത് സമ്മതിക്കാൻ ജിതിൻ തയ്യാറായില്ല.

"ഇല്ല,ഭാമ പണം തരാമെന്ന് പറഞ്ഞിട്ടില്ല"ജിതിൻ തന്റെ നിലപാടിൽ ഉറച്ചു നിന്നു.

"ഞങ്ങളൊക്കെ മണ്ടന്മാരാണെന്ന് ആണോ ജിതിൻ മനസ്സിലാക്കിയിരിക്കുന്നത്. ഈ കേസിൽ ആദ്യം മുതൽ ഞങ്ങൾ സംശയിച്ചു തുടങ്ങിയത് നിന്നെയാണ്.നീ പറഞ്ഞ ഓരോ കള്ളത്തരങ്ങളിലൂടെയും നിന്റെ കുഴി നീ തന്നെ തോണ്ടുകയായിരുന്നു. ഭാമയുടെ മൊബൈൽ പരിശോധിച്ചതിൽ നിന്നും അന്നേദിവസം അവൾ അവസാനമായി വിളിച്ചത് അമ്മയെ ആണെന്ന് മനസ്സിലായി. പക്ഷേ സൈബർ സെല്ലിൽ നിന്നും ലഭിച്ച വിവരങ്ങൾ പ്രകാരം ഭാമ അവസാനമായി സംസാരിച്ചത് ജിതിനോടാണ്. 12:10 മുതൽ 12:25 വരെ. ഭാമയുടെ മൊബൈലിൽ നിന്നും

ആ കോൾ ഹിസ്റ്ററി എങ്ങനെ അപ്രത്യക്ഷമായി?" ആദിയുടെ ചോദ്യത്തിന് മുന്നിൽ ജിതിൻ നിശബ്ദനായി.

അവൻ വിയർക്കാൻ തുടങ്ങി.

"എ സി വർക്കിംഗ് ആണല്ലോ എന്നിട്ടും വിയർക്കുന്നത് എന്താ?" ഒരു കളിയാക്കലിന്റെ സ്വരത്തിൽ കാശ്മീര ചോദിച്ചു

"ഇത് ടെൻഷൻ കൊണ്ടുള്ള വിയർപ്പാണ് അല്ലേ?"ആദി ജിതിന് നേർക്കുനേർ വന്നു നിന്നു.

"അതെ പണമെടുത്തത് ഞാനാണ് " ജിതിൻ കുറ്റസമ്മതം നടത്തി.

അന്ന് രാത്രി സംഭവിച്ച കാര്യങ്ങൾ അവരുടെ വെളിപ്പെടുത്തി.

ഭാമ മരിച്ചു കിടക്കുന്നത് കണ്ട ജിതിൻ അകത്ത് പ്രവേശിക്കാൻ ഉള്ള മാർഗ്ഗങ്ങൾ നോക്കി. അവൻ വീടിനു ചുറ്റും നടന്നു.പിറകിലത്തെ വാതിൽ തുറന്നു കിടക്കുന്നത് കണ്ടു വാതിലിലൂടെ അകത്തേക്ക് കയറി. അവിടെയുള്ള ഒരു വസ്തുവിലും തൊടാതിരിക്കാൻ അവൻ പ്രത്യേകം ശ്രദ്ധിച്ചു. നിലത്ത് കിടക്കുന്ന ഭാമ മരിച്ചു എന്ന് ഉറപ്പാക്കിയ ജിതിൻ വിഷമിച്ചു. അല്പനേരം എന്തോ ചിന്തിച്ച ശേഷം അവളുടെ മുറിയിലേക്ക് കയറി പോക്കറ്റിൽ നിന്നും കറിച്ചീഫ് എടുത്ത ശേഷം അലമാരയുടെ താക്കോൽ തിരഞ്ഞു.

പെട്ടെന്ന് വിയർക്കുന്ന അസുഖക്കാരനായ ജിതിൻ താക്കോൽ തിരിക്കുന്നതിനിടയിൽ ചൂട് കാരണം വിയർത്തു. അവൻ നെറ്റിയിൽ നിന്നും വിയർപ്പ് തുടച്ച് കുടഞ്ഞു. അത് അവളുടെ ഫെയ്സ് ക്രീമിന്റെ ഡപ്പിയിൽ തെറിച്ച് വീണു.

കറിച്ചീഫ് കൊണ്ട് മേശ തുറന്ന് അലമാരയുടെ താക്കോൽ എടുത്ത ശേഷം അലമാര തുറന്ന് പണം ഇരിക്കുന്ന ബാഗ് അവൻ എടുത്തു.ബാഗുമായി അവൻ മുറിയിൽ നിന്നും പുറത്തേക്ക് ഇറങ്ങി.

നിലത്തു കിടക്കുന്ന ഭാമയുടെ മൊബൈൽ ഫോൺ കറിച്ചീഫ്

കൊണ്ട് എടുത്ത ശേഷം ജിതിന്റെ കോൾ ഡീറ്റെയിൽസ് ഫോണിൽ നിന്നും നീക്കം ചെയ്തു.അതിന് ശേഷം ഫോൺ തിരികെ വെച്ച് ജിതിൻ അവിടെ നിന്നും പുറത്തേക്ക് ഇറങ്ങിപ്പോയി.

ജിതിനെ കാർ വാങ്ങാൻ സഹായിക്കാൻ വേണ്ടിയാണ് അവൾ ബാങ്കിൽ നിന്നും പണം എടുത്തത്.കേസായിക്കഴിഞ്ഞാൽ പണം തനിക്ക് കിട്ടില്ലെന്ന് അറിയാവുന്നത് കൊണ്ടാണ് അവൻ അവിടെ നിന്നും പണം എടുത്തു കൊണ്ടു പോയത്. പോലീസ് സംശയിക്കാതിരിക്കാൻ വേണ്ടിയാണ് കോൾ ഡീറ്റെയിൽസ് നീക്കം ചെയ്തത്. ഇതെല്ലാം എസ് ഐ ഐസക്കിന്റെ പേരിലാകും എന്നവൻ തെറ്റിദ്ധരിച്ചു. ഭാമയുടെ വീട്ടിൽ നിന്നും എടുത്ത പണം തിരിച്ച് അവളുടെ മാതാപിതാക്കളെ ഏൽപ്പിക്കാം എന്ന് ജിതിൻ ഉദ്യോഗസ്ഥരോട് പറഞ്ഞു. എന്നാൽ കാര്യങ്ങൾ അവിടം കൊണ്ടും തീർന്നില്ല.

"ഒന്നും അവസാനിച്ചിട്ടില്ല ജിതിൻ. മോഷ്ടിക്കാൻ കയറിയ കള്ളന് അറിയില്ല അവൻ നിരപരാധിയാണ്. ഭാമയെ കൊന്നത് എങ്ങനെയാണെന്ന് പറഞ്ഞിട്ട് നമുക്ക് അവിടെ നിന്ന് ഒരുമിച്ച് പോകാം"ആദിയുടെ ചോദ്യം കേട്ട് ജിതിൻ ഞെട്ടുന്നു

"ഭാമയെ ഞാൻ കൊന്നെന്നോ.പണം എടുത്തത് ഞാനാണ് പക്ഷേ അവളെ കൊന്നത് കള്ളനാണ്. ഞാൻ ചെന്നപ്പോൾ അവൾ മരിച്ചു കിടക്കുകയായിരുന്നു"

ഉദ്യോഗസ്ഥർ മനപ്പൂർവം തന്നെ ഈ കേസിൽ കുടുക്കാനുള്ള ശ്രമങ്ങളാണ് നടത്തുന്നത് എന്ന മട്ടിലായിരുന്നു ജിതിന്റെ സംസാരം.

"ആദ്യം നിങ്ങൾ ഭാമയുടെ വീട്ടിൽ പോയില്ല എന്ന് പറഞ്ഞു.പിന്നെ പറഞ്ഞു മുറിയിൽ കയറിയില്ല എന്ന്. ഇപ്പൊൾ പറയുന്നു കൊല ചെയ്തിട്ടില്ല എന്ന്,ആദ്യത്തെ രണ്ടും ഞങ്ങൾ തെളിയിച്ചു ഇതും തെളിവോടുകൂടി

തന്നെയാണ് ചോദിക്കുന്നത്. കള്ളൻ പറഞ്ഞത് അവന്റെ ഒരു അടിക്ക് തന്നെ അവൾ നിലത്തുവീണു മരിച്ചെന്നാണ്. എന്നാൽ അവളുടെ തലയിൽ രണ്ട് മുറിവുകളുണ്ടായിരുന്നു. രണ്ടാമത്തേത് ആദ്യത്തേതിനേക്കാൾ ആഴത്തിലുള്ളതായിരുന്നു. ആ മുറിവിൽ നിന്നാണ് ചോര വാർന്നു പോയതും മരണകാരണമായി പോസ്റ്റ് മോർട്ടം റിപ്പോർട്ടിൽ പറയുന്നതും അതേ മുറിവാണ്.ഇനിയും കള്ളങ്ങൾ പറഞ്ഞു നിങ്ങൾക്ക് രക്ഷപ്പെടാനാകില്ല. സംഭവിച്ചതെന്താണെന്ന് തുറന്നു പറയുന്നതാണ് നല്ലത്" കാശ്മീര പറഞ്ഞത് കേട്ടപ്പോൾ ജിതിൻ ആകെ തളർന്നു.

ഇനി എന്തൊക്കെ കള്ളങ്ങൾ പറഞ്ഞിട്ടും ഒരു പ്രയോജനവും ഉണ്ടാകില്ല എന്ന് അവന് ബോധ്യമായി.

ഭാമയുടെ മുറിയിൽ നിന്നും പണവുമായി പുറത്തേക്ക് വന്നപ്പോൾ വേദനയോടെ തലയിൽ കൈവെച്ചു കൊണ്ട് എഴുന്നേറ്റു നിൽക്കുന്ന ഭാമയെയാണ് ജിതിൻ കണ്ടത്. അവൾ പകുതി തുറന്ന കണ്ണുകളോടെ ജിതിനെ നോക്കി. അവൾക്ക് തല കറങ്ങുന്നുണ്ടായിരുന്നു. അവ്യക്തമായി ജിതിന്റെ കൈയിലെ പണം അവൾ കണ്ടു. ഒരു നിമിഷം എന്ത് ചെയ്യണമെന്നറിയാതെ അവൻ കുഴഞ്ഞു. അവന്റെ മുന്നിൽ അപ്പോൾ ഒരേ ഒരു മാർഗമേ തെളിഞ്ഞു വന്നുള്ളൂ. കറിച്ചീഫ് കൊണ്ട് നിലത്ത് കിടന്ന നിലവിളക്ക് എടുത്തു ഭാമയുടെ തലയ്ക്ക് ശക്തിയായി അടിച്ചു. അവൾ നിലത്തേക്ക് തെറിച്ച് വീണു. അവൾ മരിച്ചു എന്ന് ഉറപ്പായപ്പോൾ ജിതിൻ അവിടെ നിന്നും പോയി.

"ഇത്രയൊക്കെ ചെയ്തിട്ട് എത്ര നിരപരാധികളുടെ തലയിൽ ഇത് കെട്ടിവയ്ക്കാൻ നിങ്ങൾ ശ്രമിച്ചു. ഒരു കള്ളവും ഒരുപാട് കാലം സുരക്ഷിതമല്ലെന്ന് ഇപ്പോൾ മനസ്സിലായില്ലേ. കാമുകി മരിച്ചിട്ടില്ല എന്നറിഞ്ഞിട്ടും അവളെ കൊലപ്പെടുത്തിയത് എന്തിനാണ്?"ആദി ചോദിച്ചു.

അവൻ ഒന്നും മിണ്ടാതെ നിന്നു.

"വീണ്ടും പുതിയ കള്ളത്തരങ്ങൾ ആലോചിക്കേണ്ട. നിങ്ങൾ ഇതെല്ലാം ചെയ്തത് സെറ തോമസ് എന്ന കാമുകിക്ക് വേണ്ടിയാണ്. ഭാമയെ വഞ്ചിച്ച് കാറുമായി കാമുകിയോടൊപ്പം നാടുവിടാനുള്ള പദ്ധതിയായിരുന്നു. സൈബർ സെൽ പരിശോധിച്ചത് ഭാമയുടെ കാൾ ഡീറ്റെയിൽസ് മാത്രമല്ല ജിതിന്റെയും കൂടിയാണ്. എത്ര സമർദ്ധമായി തെളിവ് നശിപ്പിക്കാൻ ശ്രമിച്ചാലും കൊലയാളി തന്നെ അവശേഷിപ്പിച്ചു പോകുന്ന ഒരു സൈൻ ഉണ്ടാകും. അത് ദൈവത്തിന്റെ തീരുമാനമാണ്. പിന്നെ കേരള പോലീസ് നിങ്ങൾ വിചാരിക്കുന്നതിലും ഒരുപടി മുകളിലാണ് മിസ്റ്റർ ജിതിൻ" ആദിയുടെ മുഖത്ത് ഒരു പുഞ്ചിരി ഉണ്ടായിരുന്നു.

"എനിക്ക് കുറച്ചു വെള്ളം കുടിക്കണം" ഇടറുന്ന സ്വരത്തിൽ ജിതിൻ പറഞ്ഞു.

"കുടിച്ചിട്ട് വാ"

ആദി പറഞ്ഞു തീരും മുൻപേ ജിതിൻ കിച്ചണിലേക്ക് വേഗത്തിൽ പോയി. അല്പസമയം കഴിഞ്ഞപ്പോൾ പുറത്ത് ബൈക്ക് സ്റ്റാർട്ട് ആകുന്ന ശബ്ദം കേട്ടപ്പോഴാണ് അവൻ രക്ഷപ്പെട്ടു എന്ന് വിവരം അവർ മനസ്സിലാക്കിയത്. ജിതിൻ വേഗത്തിൽ ബൈക്കിൽ കയറി പോയി. അതിവേഗത്തിൽ റോഡിലൂടെ പാഞ്ഞ ബൈക്ക് എതിരെ വന്ന ഒരു ലോറിയിൽ ഇടിച്ച് ദൂരേക്ക് തെറിച്ച് വീണു.

ചതിച്ചും വഞ്ചിച്ചും നേടിയതൊന്നും കൊണ്ടു പോകാനാകാതെ, ചോരയിൽ കുളിച്ചു ഒന്ന് പൊട്ടി കരയാൻ പോലും കഴിയാതെ ജിതിൻ യാത്രയായി.

ഏറ്റെടുത്ത കേസുകളെല്ലാം നിസ്സാരമായി തെളിയിച്ചിട്ടുള്ള ആദിയുടേയും കാശ്മീരയുടെയും അന്വേക്ഷണ യാത്രയിലെ ആദ്യത്തെ സംഭവമായിരുന്നു പ്രതി കൈയിൽ നിന്ന് വഴുതിപ്പോകുന്നതും മരണപ്പെടുന്നതും. സ്നേഹിച്ച

പെണ്ണിനെ വഞ്ചിച്ചതിന് ദൈവം കൊടുത്ത ശിക്ഷയാകും അത്.ഒരു പക്ഷെ നിയമത്തിനു കൊടുക്കാൻ കഴിക്കുന്നതിനേക്കാൾ വലിയ ശിക്ഷ.

ഭാമയുടെ വീട്ടിൽ നിന്നും ജിതിൻ മോഷ്ടിച്ച പണം വീണ്ടെടുത്ത് ഉദ്യോഗസ്ഥർ ഭാമയുടെ മാതാപിതാക്കളെ ഏൽപ്പിച്ചു. ആ പണം കൈനീട്ടി വാങ്ങുമ്പോൾ അവരുടെ കണ്ണ് നിറഞ്ഞൊഴുകുന്നുണ്ടായിരുന്നു. ഗൾഫിൽ പോകണം. ഒരുപാട് കാശുണ്ടാക്കണം.ഈ ഭൂമിയിലെ രാജാവും രാജ്ഞിയുമായി അച്ഛനെയും അമ്മയെയും പൊന്നു കൊണ്ട് മൂടണം. ഭാമയുടെ ഈ സ്വപ്നം ആറടി മണ്ണിൽ കുഴിച്ചു മൂടപ്പെട്ടതിന്റെ കണ്ണുനീർ ആയിരുന്നു അത്.

നിസ്സാരമായ കാര്യങ്ങൾക്ക് വേണ്ടി പലരും കൊന്നൊടുക്കുന്ന ജീവന് പിന്നിൽ ഒരുപാട് സ്വപ്നങ്ങളുടെയും പ്രതീക്ഷകളുടെയും ഒരു ജീവിതമമുണ്ടാകും. പൂർത്തിയാക്കാൻ കഴിയാതെ പോയ ആ ജീവിതമോർത്ത് പിന്നെയെന്നും വേദനിക്കുന്ന ചിലരെങ്കിലുമുണ്ടാകും.

ഈ കഥകൾ എല്ലാവർക്കും ഇഷ്ട്ടപ്പെട്ടു എന്ന് വിചാരിക്കുന്നു. വായനക്കാരുടെ പിന്തുണയും സ്നേഹവുമാണ് തുടർന്നും നല്ല സൃഷ്ട്ടികൾ ഉണ്ടാക്കാൻ ഏതൊരു കലാകാരനും പ്രചോദനമാകുന്നത്.

സ്നേഹത്തോടെ,

സജീവ് കോയിക്കൽ

ബന്ധപ്പെടുന്നതിനായി...

വാട്സ് ആപ്പ് നമ്പർ: 9447799934

ഇമെയിൽ: sajeevkoikkal@gmail.com

www.ingramcontent.com/pod-product-compliance
Lightning Source LLC
LaVergne TN
LVHW101949220826
846093LV00006B/150

* 9 7 9 8 8 8 6 2 9 6 1 9 8 *